சங்கதி

பாமா

நியூ செஞ்சுரி புக் ஹவுஸ் (பி) லிட்.,
41-பி, சிட்கோ இண்டஸ்டிரியல் எஸ்டேட்,
அம்பத்தூர், சென்னை- 600 050.
☎: 044 - 26251968, 26258410, 48601884

Language: Tamil
Sangathi
Author : **Bama**
N.C.B.H. First Edition: July, 2019
Third Edition: July, 2022
Fourth Edition: September, 2023
Copyright: Author
No.of Pages: 128
Publisher:
New Century Book House Pvt. Ltd.,
41-B, SIDCO Industrial Estate,
Ambattur, Chennai - 600 050.
Tamilnadu State, India.
email: info@ncbh.in
Online: www.ncbhpublisher.in

ISBN. 978 - 93 - 8897 - 335 - 9
Code No. A 4151
₹ 120/-

Branches

Ambattur (H.O.) 044 - 26359906 **Spenzer Plaza (Chennai)** 044-28490027
Trichy 0431-2700885 **Pudukkottai** 04322- 227773 **Thanjavur** 04362-231371
Tirunelveli 0462-4210990, 2323990 **Madurai** 0452 2344106, 4374106
Dindigul 0451-2432172 **Coimbatore** 0422-2380554 **Erode** 0424-2256667
Salem 0427-2450817 **Hosur** 04344-245726 **Krishnagiri** 04343-234387
Ooty 0423 2441743 **Vellore** 0416-2234495 **Villupuram** 04146-227800
Pondicherry 0413-2280101 **Nagercoil** 04652-234990

சங்கதி
ஆசிரியர்: **பாமா**
என்.சி.பி.எச். முதல் பதிப்பு: ஜூலை, 2019
மூன்றாம் பதிப்பு: ஜூலை, 2022
நான்காம் பதிப்பு: செப்டம்பர், 2023

அச்சிட்டோர்: **பாவை பிரிண்டர்ஸ் (பி) லிட்.,**
16 (142), ஜானி ஜான் கான் சாலை, இராயப்பேட்டை, சென்னை - 14
☎: 044-28482441

All rights reserved. No part of this book may be reprinted or reproduced or utilised in any form or by any electronic, mechanical, or other means, now known or hereafter invented, including photocopying and recording, or in any information storage or retrieval system, without permission in writing from the publishers.

முதற் பதிப்புக்கான அணிந்துரை

கனத்த மேகக் கூட்டங்கள் கருவானில் எழும்பி நிற்கின்றன. பேய் மழை பெய்கின்றது. மலைமேல் பொழிந்த புதுத் தண்ணீரெல்லாம் அருவிகளாக மாறி, வழியில் கிடந்த அழுக்குகள், அசிங்கங்கள், அருகுகள், அருமருந்துகள் எல்லாவற்றையும் அடித்துக்கொண்டு காட்டாறுகளில் கலக்கின்றன. பெருவெள்ளம் பெருக்கெடுத்து பேரணையை நிரப்புகின்றது. நிரம்பி வழியும் நிலையில் உள்ளது நீர்த்தேக்கம். அணைப் பாதுகாப்பாளர் மதகுகளைத் திறந்து விடுகின்றார். ஒவ்வொரு மதகாகத் திறந்து விட்டு அணை உடையும் ஆபத்தினைத் தடுக்கின்றார். தேங்கிய நீரும் தங்கு தடையின்றிச் சீராக வெளியேறி வயல்களில் பாய்ந்து வளம்பெறச் செய்கிறது.

பாமா அவர்களின் 'சங்கதி'யும் அப்படியே. பல தலைமுறைகளாகத் தலித் மக்கள், சிறப்பாக தலித் பெண்கள் பெற்ற பேய்மழை போன்ற வாழ்க்கை அனுபவங்களைத் தொகுத்து காட்டாறாக மாற்றி அன்னாரின் அடிமைக் கூறுகளையும் எழுச்சி நிலைகளையும் தன்னகத்தே நிறைத்து பேரணைகளில் தேக்கி மதகு மதகாகத் திறந்துவிட்டு ஆக்க சக்தி களையும் அழிவுச் சக்திகளையும் அலசி ஆய்ந்து சுதந்திரப் போராட்ட எழுச்சிக்கு தனது மக்களை அழைக்கின்ற பாணி போற்றற்குரியது.

திறந்து விடப்பட்ட பனிரெண்டு மதகுகளும் தலித் இனப் பெண்களின் ஆதங்கங்களையும், உள்ளக் குமுறல்களையும், எதிர்காலக் கனவுகளையும், உரிமைக் குரல்களையும் ஆக்கப்பூர்வமான முறையிலே, மக்களுக்கு இயல்பான மொழியிலே அழகுற எடுத்துக் காட்டுகின்றன.

உயிரோட்டம் உள்ள நூல் சங்கதி. அன்று நடந்ததையெல்லாம் இன்று நம் கண் முன் நடப்பது போன்ற உணர்வு உருவாகின்றது. காட்டு ராசா, மைக்கூழு, மைக்கண்ணி, வகுறுதள்ளிக் கெழவி, மரியம்மா, சண்முகக்கெழவி, வெள்ளையம்மா போன்ற கதாபாத்திரங்கள் ஒப்பற்ற உயிரோவியங்களாகத் திகழ்கின்றன. வெள்ளையம்மா கெழவியின் கதை சொல்லும் திறமையே திறமை. தலித் மக்களின் மூத்த தலைமுறையின் பிரதிநிதியாகத் திகழ்கிறார் இந்தப் பாட்டி. இளந் தலைமுறையில் இளந்தளிராகத் திகழ்கிறாள் சிறுமி மைக்கண்ணி. இருவருக்கும்

இடைப்பட்ட தலைமுறையைத் தக்க முறையில் பிரதிபலிக்கிறார் எழுத்தாளர் பாமா. தனது சொந்த அனுபவத்தைக் கோர்வைப்படுத்தி, தான் கண்டவைகளையும் கேட்டவைகளையும் தித்திக்கும் உரையாடல், நகைச்சுவை, நக்கல்மொழி, கிராமியப் பாடல்கள், வண்ணமிகு வருணனைகள், கிராம வாழ்க்கையைச் சித்தரிக்கும் சொல்லோவியங்கள் வழி சுய்சரிதைப் பாணியிலே இலக்கிய எழிலுடன் தமிழ் உலகிற்குத் தருகின்றார்.

அவர் எழுதிய 'கருக்கு' தனி நபரின் கதை; 'சங்கதி' தலித் இனத்தின் எழுச்சிக் குமுறல்.

தலித் மக்கள் வாழ்ந்த பொருளாதார, கலாச்சார, சமூகச் சூழலைப் பல கோணங்களிலிருந்து பல மனிதர்களின் கண்ணோட்டத்திலிருந்து கணிக்கின்றார் பாமா. பின் அத்தகைய சூழலிலே பலர் பலகட்டங்களில் பெற்ற அனுபவங்களைச் சித்தரிக்கிறார். அவற்றை ஆய்வுக்கு உட்படுத்து கிறார். எழுச்சிமிக்க தலித் கலகப் பண்பாட்டிற்கு வாசகர்களை இட்டுச் செல்கின்றார். இவ்வாறு சமுதாயச் சூழல், அனுபவம், ஆய்வு, செயலாக்கம் என்ற படிநிலைகளைத் தாங்கிய இவ்விலக்கியம் எக்காலமும் நிலைத்து நிற்கும்.

எடுத்துக்காட்டாக, இரண்டாவது மூன்றாவது பாகங்களிலே மரியம்மாள் - மாணிக்கம் உறவினையொட்டி ஊர்க் கூட்டம் நடக்கிறது. 'மொதலாளி' செய்த தவறை மறைக்க நாடகம் நடிக்கப்படுகிறது. பொய்க் கேசு போட்டு இருவரையும் தண்டிக்கிறார்கள். மாணிக்கத்தை விட பெண் என்ற முறையில் மரியம்மாளுக்கு அதிக தண்டனை கிடைக்கிறது. காரணம்:

> "பொட்டச்சிகதான் அடங்கி ஒடுங்கி இருந்துக்கனும். ஆம்பள ஆயிரம் செய்வான். இவாள்ள வகுத்துல வாய்ல வந்துரும்னு யோசிக்கனும்."

பெண்களுக்கு பஞ்சாயத்தில் பங்கேற்கவும் உரிமை இல்லை. அப்படியிருந்தும் கோப வேகத்தில் உரத்த குரலில் தங்களது உணர்வு களுக்கு உருவம் கொடுக்கிறார்கள் சிலர். பாட்டி சொல்கிறாள்:

> "அந்தப் பெய ஒனிய ரூமுக்கு இழுத்துட்டுப் போம்போதே அவெஞ் சாமானத்துல பாத்து நாலு மிதி மிதுச்சுருக்கக் கூடாது? அநியாயமா கூட்டத்துக்குப் போயி அவப்பேரு வாங்கி தெண்டமுங் கெட்டியாச்சு..."

ஆசிரியரது ஆய்வு தொடர்கிறது.

"பொம்பளைகளோட நெலம ரொம்ப பரிதாபமாகவும், கேவல மாகவுந்தான் இருக்குது. காடுகரைகள்ள மேச்சாதிக்காரனுகட்ட தப்பிக்கனும், வீட்ல வந்தா புருசங்காரனுட்ட இம்சப்படனும்..."

பின் செயலாக்கத்துக்கு அழைப்பு வருகிறது.

"அன்னைக்கு மட்டும் அவாகூட வெறகுக்குப் போன பொம்பளை கள ஊர்க் கூட்டத்துல பேச உட்டுருந்தா நெசமும் பொய்யும் வெளிப்பட்டுப் போயிருக்குமே."

பிரேசில் நாட்டுக் கல்வி மேதை பவுலோ பிரெய்ரே (Paolo preire) ஒடுக்கப்பட்ட மக்கள் ஒன்று திரண்டு விடுதலைச் செயல்பாடுகளில் ஈடுபட வேண்டுமெனில் மாந்தரீக உணர்வாக்கம், பித்துக்குளி உணர்வாக்கம் என்ற இரு நிலைகளிலிருந்தும் விடுபட்டு விடுதலை உணர்வாக்கத்திற்கு வரவேண்டும் என்று வரையறுக்கிறார். அதைப் பின்பற்றி பாமா அவர்களும் மிகச் சாதுரியமாக சாதாரண தலித் மக்களின் மொழியையும், அனுபவத்தையும், ஞானத்தையும் பயன்படுத்தி படிப்படியாக அவர்களை விடுதலை உணர்வாக்கத்திற்கும் செயல்பாடு களுக்கும் இட்டுச் செல்வது அவர் ஒரு சிறந்த உளவியலார் என்பதை உணர்த்துகின்றது. தன் மக்களை எவ்வளவு நன்றாக புரிந்து கொண்டுள்ளார் என்பதையும் தெள்ளத் தெளியக் காட்டுகிறது. தலித் இன மக்கள் மீது அவர் கொண்டுள்ள அன்பும் மதிப்பும் நூலின் ஒவ்வொரு ஏட்டிலும் துள்ளிக் குதிக்கின்றது.

பெண் குழந்தையின் பிறப்பு, வளர்ப்பு, விளையாட்டு, வயதுக்கு வருதல், சடங்கு முறைகள், தலித் பெண்களின் மதமாற்றம், வாழ்க்கை முறை, உழைப்பு, படிப்பு, கோவில், திருவிழாக்கள், நாடகம், பொழுது போக்கு, குடும்பக் கட்டுப்பாடு, குருட்டு நம்பிக்கைகள், பேய் பிடித்து ஆடுதல், கணவன் - மனைவி சண்டைகள், பெண்களின் இழிநிலை, மணமுறிவு, மறுமணம் பற்றிய மரபுகள், சாவையொட்டிய பழக்க வழக்கங்கள், தலித் மக்களின் நகைச்சுவை, சாதி மக்களின் அடக்கு முறைகள், தேர்தல் மற்றும் தலித் இனத்தின் தனிப் பெரும் பெருமைகள் ஆகிய அன்றாட வாழ்க்கை அனுபவங்களைக் கோர்வையாக நமக்கு அளிக்கின்றார் ஆசிரியர் பாமா.

எழுச்சிக் குரலோடு முடிக்கின்றார். தலித் பெண்களுக்கோர் அறைகூவல் விடுகின்றார். "நம்ம நெலமய நம்ம மாத்தாட்டி வேற யாரு வந்து மாத்தப் போறா?"

எதிர்காலக் கனவுகளை தலித் மக்களின் செயல் இலட்சியமாக வடித்துத் தருகிறார்.

"ஆம்பளைக்குச் சேவுகம் பண்ற கலியாண வாழ்க்கதான் நம்ம கெதிங்கறத உடனும். கலியாணம் முடுச்சு அது நித்திய நரக வாழ்க்கையா ஆகிப்போனா பல்லக் கடுச்சுக்கிட்டு ஆயுசு பூராங் கஸ்டப்பட்டுத்தான் ஆகனும்ங்கரதயும் மாத்திக் காட்டனும். நம்ப பொம்பளப் பிள்ளைகள இந்த மாதிரி எண்ணங் கொண்டவுகளா சிறுசுலருந்தே வளத்துட்டு வரனும். ஆம்பள பொம்பளன்னு வித்தியாசம் பாக்காமெ படிக்க வச்சு, ஆளாக்கி உடனும். ஆம்பளைக்குக் குடுக்குர சொதந்துரத்தப் பொம்பளைக்குங் குடுக்கனும். இப்பிடி சின்னதுலருந்தே வளப்பு மொறைல செஞ்சுட்டு வந்தம்னா, பொம்பளைக சக்தியும் வெளிப்படும். அப்ப ஆவதும் பொண்ணால அழிவதும் பொண்ணாலங்கரது கெணக்கா, அநியாயத்த, அக்கிரமத்த, ஏற்றத்தாழ்வுகளப் பூராம் அழுச்சுட்டு ஆம்பளவும் பொம்பளையும் ஒன்னா, எந்த வேத்துமையுமில்லாம சம உரிமையோட வாழக்கூடிய காலம் பெறக்கும். அது பெறக்குர காலம் சீக்கிரமா வரப் போகுதுன்னு மனசுல படுது."

தலித் மக்கள், சிறப்பாக தலித் பெண்கள் எழுச்சி பெற்று விடுதலைப் பெண்களாக உருவாக்கம் பெற இந்நூல் பெரிதும் துணை நிற்கும் என்பதில் ஐயமில்லை. ஒடுக்கப்பட்ட மக்கள் தமது உரிமைகளை உணர்ந்து விடுதலை வாழ்வு வாழ இது போன்ற அரிய பல நூல்களை உருவாக்கித் தொடர்ந்து சமுதாய மாற்றப் பணிபுரிய செல்வி பாமா அவர்களை அன்புடன் அழைக்கிறேன்.

முனைவர் **மி. ஜெயராஜ்**
இயக்குனர்
சமுதாய சிந்தனை, செயல், ஆய்வுமையம்.

மதுரை
09-06-1994

முதற் பதிப்புக்கான முன்னுரை

பாமா அவர்கள் எழுதிய 'சங்கதி' என்ற புத்தகத்தின் கையெழுத்துப் பிரதியை வாசித்தேன். தலித் பெண்களின் வாழ்க்கையை, அந்தப் பெண்களின் மொழியில் எழுதியிருக்கும் ஓர் அற்புதமான படைப்பு இது.

'கருக்கு' என்ற தனது தன் வரலாற்று நூலிலே தன்னைப் பற்றி எழுதி ஓர் அழகிய ரோஜா மாலையாகக் கொடுத்த பாமா அவர்கள். 'சங்கதி' என்ற இந்தப் படைப்புமூலம் தான் சந்தித்த தலித் பெண்களைப் பற்றி தனது அனுபவங்களோடு இணைத்து பலவண்ணங்கள் கொண்ட ஓர் எழில்மிகு மாலையாகத் தொகுத்துக் கொடுத்துள்ளார்கள்.

ஒரு நிகழ்ச்சியைப் பெண்ணின் கண்ணோட்டத்தில் பார்க்கும் பொழுது ஆணாதிக்க சமுதாயத்திற்கு அது வித்தியாசமாகக் காணப் படுகிறது. இந்தப் புத்தகம் முழுவதிலும் பெண்ணியப் பார்வை, அதிலும் குறிப்பாகத் தலித் பெண்ணியப் பார்வையே நிறைந்துள்ளது.

தலித் பெண்ணியப் பார்வை என்று ஒன்று இருப்பது போல தலித் பெண்ணிய மொழி ஒன்றும் இருக்கிறதோ என்ற உணர்வும் இதைப் படிக்கும் பொழுது ஏற்படுகிறது. நிகழ்ச்சிகளை, பாத்திரங்களை, உணர்வுகளை வெளிப்படுத்துவதில் காணப்படும் சொல்லாட்சி இந்தப் பெண்ணிய மொழிக்கு ஒரு சாட்சியாக இருக்கிறது. நாம் இதுவரை வாசித்திராத ஒரு புதிய மொழியை அதன் இயற்கையான பரிமாணங் களோடு வாசிப்பது போன்ற ஓர் அனுபவம் ஏற்படுகிறது.

இந்தப் புத்தகம் ஒரு முக்கியமான காலக் கட்டத்தில் வெளி வருகிறது. இந்தியப் பெண் சுஷ்மிதா சென் உலக அழகியாகத் தேர்ந்தெடுக்கப்பட்டிருக்கிறாள். அப்படி என்றால் என்ன? பெண்கள் அழகுப் பதுமைகள்; அவர்கள் போகப் பொருட்கள்; அழகும் சந்தைச் சரக்காக - விற்பனைப் பொருளாக மாறிவிட்டது என்பதன் வெளி யடையாளமே தவிர வேறல்ல. இந்த உண்மை தெரியாமல் இந்தியப் பெண்கள் தங்களுக்கு ஏதோ மகுடம் சூட்டப்பட்டதுபோல் மகிழ்கிறார்கள். பெண் என்றால் அழகு; ஆண் என்றால் வலிமை, வீரம்

என்ற ஆணாதிக்கக் கருத்தியலை உடைத்துக்கொண்டு வெளி வருகிறது 'சங்கதி'. தலித் பெண்கள் என்றால் உழைப்பு; அந்த உழைப்பினிடையே வெளிப்படும் கலகலப்பு; அதில் இழைந்தோடியிருக்கும் மனிதநேயம் - இவைகள்தான் அழகு என்று பறையடிக்கிறது இப்படைப்பு.

பாட்டிக்கும் பேத்திக்கும் இடையே உள்ள உறவை வெளிப் படுத்தக் கூடிய பல படைப்புகள் வந்திருக்கின்றன. இங்கே பாட்டிக்கும் பேத்திக்கும் உள்ள உறவு இயற்கை மணம் கமழ்வதாக, எதார்த்தமிக்கதாக இருக்கிறது. பாட்டிக்கும் பேத்திக்கும் இடையே இருக்கும் உறவு, அந்த உறவின் வெளிப்பாடான உரையாடல்கள், நிகழ்ச்சிகள் - இவை ஒவ்வொன்றும் ஓர் அழியாக் காவியமாக வெளிப் பட்டிருக்கிறது.

பெண்ணியம் பேசுகிறவர்கள் கட்டாயம் படிக்க வேண்டிய ஓர் உன்னதப் படைப்பு 'சங்கதி'. இவர்கள் படித்தால் தாங்கள் கொண்டிருக்கும் பெண்ணியம் பற்றிய பல கருத்துக்களை மாற்றிக் கொள்ள வேண்டியிருக்கும்.

இத்தகைய புதுமையான, புரட்சிகரமான படைப்பு தலித்திட மிருந்தும், தலித் பெண்களிடமிருந்தும்தான் பிறக்கும். இது தமிழ் இலக்கியத்திற்குக் கிடைத்திருக்கும் புதிய வரவாகச் சிலர் பார்க்கலாம். தேங்கிக் கிடக்கும் தமிழ் இலக்கியத்திற்கு இது புத்துயிர் கொடுக்கிறது என்று சிலர் சொல்லலாம் தமிழ் இலக்கியத்திற்கு செழுமை சேர்க்கக்கூடிய, அதன் தலையில் பதிக்க வேண்டிய ஒரு வைரக்கல் என்று சிலர் போற்றலாம். இது எவ்வகை இலக்கியம் என்று ஆராய்ந்து, இதற்கு ஏதாவது ஒரு பெயரிட்டு, அதில் இதைப் போட்டு அழுத்தி மூடி மூச்சுவிடச் செய்யாமல் இருக்க சிலர் முயற்சிக்கலாம். சிலர் இதை உரசிப் பார்த்து இலக்கியத் தரம் பற்றிப் பேசலாம்.

ஆனால் நான் வேறு விதமாகப் பார்க்கிறேன். இதுவரை முற்பட்ட மற்றும் பிற்படுத்தப்பட்டவர்களிடமிருந்தே இலக்கியம் என்று சொல்லப் பட்டவைகள் உருவாகியிருக்கின்றன. இன்று இலக்கியம் என்பது தலித்துகளிடமிருந்து, அதிலும் குறிப்பாகத் தலித் பெண்களிடமிருந்து தான் பிறக்க முடியும் - பிறக்கும் என்பதன் வெளிப்பாடே இச் 'சங்கதி'.

ஆசிரியர் இன்னும் பல நூல்களை எழுதி தலித் மக்களின் மறைக்கப்பட்ட மனிதத்தை வெளிக்கொண்டு வர வாழ்த்துகிறேன்.

மாற்கு சே.ச.

சமூக செயல்பாட்டு ஒருங்கிணைப்பாளர்

மதுரை மாநில இயேசு சபை

மதுரை

10-6-1994

முதற் பதிப்புக்கான என்னுரை

நாம் விரும்பினாலும் விரும்பாவிட்டாலும் பல சங்கதிகள் நமது செவிகளில் விழுகின்றன. சிலவற்றை நாம் ஆர்வத்துடன், அக்கறையுடன் செவிமடுக்கிறோம். பலவற்றை நாம் கண்டுகொள்வதே இல்லை.

நமது ஆணாதிக்கச் சமுதாயத்தில், பெண்களின் நிலை பற்றியும், பறிக்கப்பட்ட அவர்களது உரிமைகளைப் பற்றியும் பரவலாக ஆங்காங்கே சொல்லப்படும் சங்கதிகள் நாம் அறிந்தவையே. ஆண்களால் மட்டுமின்றி, சாதிவெறியில் சிக்குண்ட பெண்களாலும் ஒதுக்கப்பட்டு ஓரங்கட்டப்பட்ட தலித் பெண்கள் பற்றிய சங்கதிகளும் ஒதுக்கப்பட்டு, மறைக்கப்பட்டு, மறக்கப்பட்டும் விடுகின்றன. ஒரு சில பெண்களின் அவலத்தை, அழுகுரலை சில சமயங்களில் கேட்கிறோம். பின்பு மறக்கிறோம்.

தலித் பெண்களின் அவலங்கள், அழுகுரல்கள் மட்டுமின்றி, அவர்களின் கலகலப்பும் கலகமும் கொண்ட பண்பாடு, எதார்த்த வாழ்க்கையில் சிக்கிச் சின்னாபின்னப்பட்டுப்போய் விடாமல் எதிர் நீச்சல் போட்டு வாழும் துடிப்பு, பிரச்சனைகளால் அமுக்கப்படும் போது நகைச்சுவையும் நையாண்டித்தனமுங் கொண்டு பிரச்சனைகளை அமுக்கிவிட்டு எகிறிக் குதித்து வாழும் தன்னம்பிக்கை, தன்மானம், வாழ்க்கையை உயிரோட்டத்துடன் உண்மையுடன் உல்லாசத்துடன் வாழ வேண்டும் என்ற வேட்கை, கடின உழைப்பு, இப்படிப்பட்ட பல சங்கதிகள் மனதிற்குள் மண்டிக் கிடந்தன. அவற்றைப் பலருக்கும் பறைசாற்ற வேண்டும். அதன் மூலம் எங்களைப் பற்றிய சங்கதிகளைப் பலரும் அறியவேண்டும் என்ற ஆவல் அதிகமானது. இதனைப் படிக்கும் தலித் பெண்கள் வீறு கொண்டு எழுந்து வெற்றிநடை போட்டு, புதியதொரு சமுதாயம் உருவாக்கும் முன்னோடிகளாக புரட்சியைத் தொடங்கித் தொடரவேண்டும் என்ற ஆசையில் நம்பிக்கையில் 'சங்கதி' வெளி வருகின்றது.

'சங்கதி' வெளிவர ஆரம்பம் முதல் இறுதிவரை அயராது உழைத்தவர் **மாற்கு.,சே.ச.** அவர்கள். மிகுந்த அக்கறையோடும், பொறுமையோடும், பொறுப்போடும் இருந்து என்னைச் சிந்திக்கத் தூண்டி நான் எழுதுவதற்குப் பெருமளவில் உதவி செய்துள்ளார்.

என்னை எழுத ஊக்குவித்து, அதற்கான வசதிகளைச் செய்து தந்த மிக்கேல்.ஜெயராஜ், சே.ச. ஒரு அணிந்துரையும் எழுதி 'சங்கதி'க்குச் சிறப்பு சேர்த்துள்ளார்.

நான் எழுதவேண்டும் என அடிக்கடி என்னை உற்சாகப்படுத்தி ஊக்கமளித்தவர் நண்பர் ஜார்ஜ் ஜோசப், சே.ச.

ஆர்வத்துடனும், விரைவாகவும் தட்டச்சுப் பிரதிகள்

எடுத்துதவியவர் கிளாரா அவர்கள்.

மிகச் சிறந்த அட்டைப் படத்தை வரைந்து கொடுத்தவர் ஓவியர் சேவியர் அவர்கள்.

'சங்கதி'யை அச்சிட்டுத் தந்தவர்கள் தந்தை சிராக் அச்சகத்தார்.

ஜீவநதி வரிசையில் மூன்றாவது ஊற்றாக இதனை வெளிக் கொணர்ந்திருப்பது ஐடியாஸ் நிறுவனம்.

இவர்கள் அனைவரையும் அன்புடன் நினைவு கூர்ந்து என் நன்றியைத் தெரிவிப்பதில் மகிழ்ச்சி அடைகின்றேன்.

பிரியமுடன்

10, ஜூலை 1994.   பாமா

என்.சி.பி.எச். முதற் பதிப்புக்கான என்னுரை

'சங்கதி' 1994ஆம் ஆண்டு முதன் முதலில் யேசுசபையினரால், மதுரையில் ஐடியாஸ் என்ற சமுதாய சிந்தனை செயல் ஆய்வு மையத்தால் பதிப்பிக்கப்பட்டது. தலித் பெண்களின் உயிரோட்டமான வாழ்க்கையைப் பற்றிய சங்கதிகளை எழுத வேண்டுமென்ற நோக்கத்தோடு இதனை எழுதினேன். இருபத்தைந்து ஆண்டுகளுக்குப் பிறகு அதனை மீண்டும் வாசிக்கும்போது எனக்குள் பலவகைப்பட்ட உணர்வுகள் உண்டாகின. அதில் வரும் கதை மாந்தர்களை மீண்டும் சந்தித்து அவர்களோடு உரையாடுவது, உறவாடுவது போன்றதொரு நிலையை அடைந்தேன். சீவனும் சக்தியும் பொங்கியெழுந்த ஒரு புத்துணர்வைப் பெற்றேன் என்றுதான் சொல்ல வேண்டும். மனசுக்குள் ஓர் அலாதியான வீம்பும் தெம்பும் எழுவதைத் தவிர்க்க இயலவில்லை. தலித் பெண்களின் கடின உழைப்பும், கலகலப்பான அவர்களது கலாச்சாரமும், நையாண்டித்தனமும், வாழ்க்கையின் மீது அவர்களுக்கிருக்கும் நேசமும், சக உயிர்களிடத்தில் இருக்கும் பாசமும், இயற்கையின் மீதுள்ள ஈடுபாடும் என்னைச் சக்திப்படுத்தின. நான் அவர்களோடு வாழ்ந்த காலம் எவ்வளவு அருமையானது, ஆனந்தமானது என்ற புரிதல் ஏற்பட்டது.

'சங்கதி', ஆங்கிலம், பிரஞ்சு, மலையாளம், தெலுங்கு, கன்னடம் ஆகிய மொழிகளில் மொழிபெயர்க்கப்பட்டு நல்ல வரவேற்பைப் பெற்றது. இந்தியாவில் மட்டுமன்றி அமெரிக்க பல்கலைக்கழகத்திலும் மாணவர்கள் பாடநூலாகப் படிக்கிறார்கள். 'சங்கதி'யை வாசித்தபின், பொதுவாக பெண்ணியம் பேசிவந்த பலருக்கு தலித் பெண்ணியம் புதியதாகத் தெரிந்தது. தலித் பெண்ணியம் என்று தனியாக எதுவும் இல்லை என்று விவாதங்களும் நடந்தன. ஏராளமான விமர்சனங்கள் வந்தன. அவை நான் எதிர்பார்த்தவைதாம். ஆய்வாளர்கள் பலர் கருப்பிலக்கியங்களோடு ஒப்பிட்டு பல தலைப்புகளில் ஆய்வுகள் செய்தனர். பெண்ணிய நோக்கிலும் பல ஆய்வுகள் மேற்கொள்ளப்பட்டுள்ளன. ஆங்கிலத்திலும் தமிழிலும் பல பதிப்புகளைக் கண்டது 'சங்கதி'.

ஆணாதிக்கமுள்ள இந்த சாதிச்சமூகத்தில் பொதுவாகவே பெண்கள் உரிமைகளும் சுதந்திரமும் மறுக்கப்பட்டவர்களாகத்தான் இருக்கிறார்கள். தலித் பெண்கள், தலித்துகளிலும் தலித்துகளாய் இருக்கிறார்கள் என்பதை நடைமுறை வாழ்க்கையில் நாம் அறிந்துதான் இருக்கிறோம். தங்களை அடிமைப்படுத்தும் அனைத்திலிருந்தும் தங்களை விடுவித்துக் கொண்டு ஒரு சுதந்திரமான, மனிதம் நிறைந்த வாழ்க்கையை வாழ தலித் பெண்கள் போராடிக் கொண்டிருப்பதையும் காண முடிகிறது. கல்வியின் தேவையையும் முக்கியத்துவத்தையும் அறிந்து அவர்கள் அதிக அளவில் பள்ளிகளுக்கும் கல்லூரிகளுக்கும் சென்று படிக்க முனைந்திருக்கிறார்கள். தன்மானத்தோடு தலை நிமிர்ந்து வாழவேண்டும் என்ற வைராக்கியத்தோடு வாழ்க்கையில் எதிர்நீச்சல் போடுகிறார்கள். தங்களது கவலை, களைப்பு, சுகதுக்கங் களை ஒதுக்கிவிட்டு கடின உழைப்பும் உறுதியும் கொண்டவர்களாய் தங்களுக்கான உரிமைகளை நிலைநாட்டிட முனைப்புடன் செயல்பட்டுக் கொண்டிருக்கிறார்கள்.

தலித் மொழி, தலித் பண்பாடு, தலித் வாழ்வியல் முறையினை எதார்த்தமாகச் சொல்லும் 'சங்கதி' மானுட விடுதலைக்கும் இயற்கை சார்ந்த அழகியலுக்குமான அடிப்படை விசயங்களைச் சொல்கிறது. நிலம், நீர், வானம், காற்று, நெருப்பு என்ற இந்த ஐந்து கூறுகளோடும் அன்றாடம் உறவுடனிருக்கும் தலித் பெண்களின் அளப்பரிய ஆற்றல் மாற்றத்திற்கான மாபெரும் சக்தியாகும்.

முதன்முறையாக 'சங்கதி'யைப் பதிப்பிப்பதற்கு ஆவன செய்த பணியாளர் மாற்கு அவர்களே இப்போது நியூ செஞ்சுரி புக் ஹவுஸ் நிறுவனத்தின் மூலம் பதிப்பிக்கவும் ஏற்பாடுகள் செய்துள்ளார். அவருக்கு எனது மனமார்ந்த நன்றியைக் கூறிக்கொள்ள விரும்புகிறேன். 'சங்கதி'யை வாசித்து விமர்சனங்களைத் தந்த அனைவருக்கும் ஆய்வு செய்த மாணாக்கர்களுக்கும் மாணவர்களிடம் இதனைக் கொண்டு சேர்த்த ஆசிரியப் பெருமக்களுக்கும் நன்றிகள் பல.

'சங்கதி'யின் இருபத்தைந்தாம் ஆண்டில் நியூ செஞ்சுரி புத்தக நிறுவனத்தார் மூலம் மீண்டும் அது பதிப்பிக்கப்படுவது மகிழ்வாக இருக்கிறது. அந்த மகிழ்ச்சியோடு சிறப்பாகப் பதிப்பித்திருக்கும் அவர்களுக்கு நான் நன்றி கூறிக்கொள்கிறேன்.

– பாமா

உத்திரமேரூர்
25 - 07 2019.

1

'மூனாவது பொண்ணு முத்தமெல்லாம் பொன்னு' இப்படித்தான் நாம்பெறக்கையிலே எங்க பாட்டி வெள்ளையம்மா சொல்லிக்கிட்டு சந்தோசப்பட்டாளாம். எங்கம்மைக்கும் சந்தோசமாத்தான் இருந்துச்சாம். ஆனா எனக்கு முன்னால பெறந்த எங்கண்ண, எங்கக்கா மாறி நானு கலராப் பெறக்காமெ கரேர்னு பெறந்தது கொஞ்சம் ஏமாத்தமா இருந்துச்சாம். எங்கம்ம சொன்னா. எங்க ஊர்ல பொண்ணு, ஆணுன்ன வித்தியாசங் காட்டாமத்தான் பிள்ளயப் பெத்தாக. ஆனா வளக்கும் போது ஆம்பளன்னா கொஞ்சம் அக்கறையாத்தான் பாத்துக்கிட்டாக. அதுனால ஆம்பளைகதான் அதிகாரத்தக் காட்டிக்கிட்டு அலைராக.

பிள்ளைக பெறக்கையில, ஒன்னாவது, மூணாவது, அஞ்சாவது, ஏழாவது, ஒம்பதாவது இப்பிடி ஒத்தப்படைலன்னா பொம்பளைப் பிள்ள நல்லதும்பாக. ரெண்டாவது, நாலாவது, ஆறாவது, எட்டாவது. இப்பிடி ரெட்டப்படைலன்னா ஆம்பளப் பிள்ள நல்லதும்பாக.

அப்பயெல்லாம் எங்க ஊர்ல ஆஸ்பத்திரி ஒன்னுங்கெடையாது. இப்பயுங் கெடையாதுதான். நோவு, நோக்காடு வந்தா நாட்டு வைத்தியம் பாத்துக்கிருவாக. அதுல கட்டுப்படலன்னாத்தான் பக்கத்து ஊர்ல இருக்குற கவர்மெண்டு தர்மாஸ்பத்திரிக்குப் போவாக. பேறு காலமெல்லாம் வீட்லயேதான் பாப்பாக. எங்க ஊர்ல எல்லாத்துக்கும் பேறுகாலம் பாக்குறது எங்க பாட்டிதான். மேச்சாதிக்காருக மட்டும் பாட்டிய கூப்டமாட்டாக. பாட்டி பறைச்சிங்றதுனால அவுக கூப்டமாட்டாக.

பாட்டிக்கு எப்பிடித்தான் பேறுகாலம் பாக்கத் தெரியுமோ? மழைக்குக்கூட பள்ளிக்கொடத்துல ஒதுங்குனதில்ல பாட்டி. எப்பிடியோ பேறுகாலம் பாப்பா. எப்பேர்ப்பட்ட கஸ்டமான கேசுன்னாலும் பாட்டி நல்லா பாப்பாளாம். பிள்ள கொடி சுத்திக் கெடந்தாலும், குறுக்கக் கெடந்தாலும், ரெட்டப் பிள்ளன்னாலும், கொறமாத்தப் பிள்ளன்னாலும் தாய்க்கும் பிள்ளைக்கும் ஆபத்து இல்லாமெ தாய்வேற, பிள்ளவேறன்னு பிருச்சுப் போட்ருவாளாம். எங்க தெருவுகள்ள இருக்குற முக்காவாசிப் பிள்ளக்காடுகள எங்க பாட்டிதான் இழுத்து

வெளிய போட்ருக்கா. எந்தச் சாமயாமங் கூப்டாலும் சலிக்காமப் போயி பேறுகாலம் பாப்பா பாட்டி. பேறுகாலம் பாக்குதுக்கு ரூவா யெல்லாம் வாங்கமாட்டா. செல வீடுகள்ள வெத்தல பாக்கு குடுப்பா களாம். அம்புட்டுத்தான். பேறுகாலத்துக்குக் கூப்புட்டாகன்னா, இடுப்பு வலி வந்து கன்னிக்கொடம் ஒடஞ்சு, பிள்ளப்பெத்து, நஞ்சுக்கொடி வந்து உழுகுந்தட்டிக்கும் அங்குட்டு இங்குட்டு நகராம நின்னு முழுசும் முடுச்சுக் குடுத்துட்டுத்தான் வருவாளாம். அதுனால பாட்டிய ரொம்பப் பேருக்குப் புடிக்கும். ரொம்பக் கைராசிக்காரக் கெழவின்னு சொல்லுவாக. பெருமாபட்டி கெராமத்துல எங்க பாட்டிய ரொம்பப் பேருக்குத் தெரியும்.

வெள்ளையம்மாக் கெழவி எங்கம்மயப் பெத்த பாட்டி. எங்க தாத்தா கோயிந்தன எங்கம்மகூடப் பாத்ததில்ல. எங்கம்ம மூனுமாத்தப் பிள்ளையா இருக்கைல போனவந்தானாம். அதுக்குப் பெறகு வரவே இல்லியாம். எங்க பாட்டிக்கு பதினாலு வயசுல கலியாணம் ஆச்சாம். எங்கம்மதான் ரெண்டாவது பிள்ள. மூத்தது எங்க பெரீம. கலியாணம் ஆனா நாலாவது வருசமே தாத்தா எங்குட்டோ போயிட்டாராம்.

அந்தக் காலத்துல கங்காணி ஒருத்தன் வந்து எலங்கைக்குத் தேயிலைத் தோட்டத்துல வேல செய்றதுக்கு எங்க ஊர்ல இருந்து குரூப்பா ஆளுகளக் கூப்டுக்கிட்டுப் போயிருக்கான். அவுகளோட சேந்து எங்க தாத்தாவும் போனாராம்.

போனவரு போனவர்தானாம். திரும்பி வரவே இல்லியாம். ஆனா அப்பப் போனவுக பூராம் நாலஞ்சு மாசத்துல திரும்பி வந்துட்டாகளாம். அங்கயும் நாயிபட்டபாடுதானாம். அதுக்கு நம்ம ஊரே தேவலன்னாக.

பாட்டி பாக்குரத்துக்கு நல்லா இருப்பா. கொமரியா இருக்கும் போது இதவிட அழகா இருப்பாளாம். நல்லா ஒசரமா வளந்துருப்பா. சாகுந்தட்டிக்கும் அவளுக்கு முடி நரைக்கவே. இல்ல. இடுப்பு வரைக்கும் தொங்கற முடிய ஒதறி அள்ளி முடுஞ்சானா ரொம்ப எடுப்பா இருக்கும் கொண்ட. பாம்படம் போடுறதுக்கு பாட்டி காது வளத்துருந்தா. ஆனா எப்பயும் அது வெறுங்காதாத்தான் தொங்கும். அவா நக போட்டே நாம் பாத்ததில்ல. கொமரியா இருக்கைல, காதுக்கு ரெவண்டு இரும்புக் குணுக்குப் போட்டுருந்தாளாம்.

பாட்டி சட்டபோட்டும் நாம் பாத்ததில்ல. அவுக காலத்துல கீச்சாதிப் பொம்பளைக சட்ட போடக்கூடாதாம். எங்க பெரீமகூட சட்ட போடல. எங்கம்ம கூட கலியாணங் காச்சி முடிச்சப் பெறகுதான் சட்ட போட்டாளாம். பாட்டிக்கு தெடகாத்தரமான ஒடம்பு.

சாகுந்தட்டிக்கும் நோவு நோக்காடுன்னு படுத்ததே இல்லியாம். பாட்டிக்கே அவா வயசு தெரியாது. வயசக் கேட்டா, என்ன ஒரு எழுவது எம்பது இருக்குமுன்னு குத்துமதிப்பாச் சொல்லிட்டுச் சிரிப்பா.

கோயிந்தன் வருவா வருவாமுன்னு பாத்துட்டுப் பெறகு ஒரு டயத்துல கடுமையானப் பஞ்சம் வரவும், பாட்டி தாலியக் கழத்தி வித்துட்டாளாம். அதுக்குப் பெறகு தாலி கீலி ஒன்னும் போடல. புருசங் காணாப் பெணமா ஆயிட்டாமுன்னு மனச தேத்திக்கிட்டு ஒத்தயில பாடுபட்டு ரெண்டு பிள்ளைகளையும் காப்பாத்தி இருக்கா.

எங்கம்மயும் பெரீமயும் சின்னப்பிள்ளைகளாக இருக்கைல வேதக்காரச் சாமிமாருக ஊருக்கு வந்தாகளாம். வேதத்துல சேந்தா பிள்ளைகள எலவசமா படிக்க வப்பமுன்னு சொல்லவும் பறையம் பூராஞ் சேந்துட்டானாம். வேற பள்ளங், கொறவஞ், சக்கிலியப் பெயல்க யாருஞ் சேரலியாம். அவுக பூராம் இந்தாத்தான் இருந்துருக்காக. பறையனுக என்ன எழவுக்குப் போயி வேதத்துல சேந்தானுகளோ. இப்பிடிச் சேந்ததுனால இன்னைக்கு சர்க்காருகட்ட இருந்து சலுக ஒன்னுமில்லாமப் போச்சு.

வெள்ளக்காரச் சாமிமாருக எலவசமா படிக்க வச்சாலும், பிள்ளக்காடுக படிக்கப் போகாதுக. எல்லாங் காடுகரச் செமவேல வெட்டிக்குப் போகுங்க. ஆம்பளப் பெயல்க கொஞ்ச நாளைக்குப் பள்ளிக்கொடம் போயிட்டு பெறகு நின்றுவான்க. பொட்டச்சிக அதுதானும் போகமாட்டாக. வீட்ல பிள்ள எடுத்துக்கிட்டு வீட்டுச் சோலிக பாக்கவே அதுகளுக்குச் சரியாகப் போகும். எங்கம்மயாவது அஞ்சாங் கௌாஸ் வர படுச்சிருக்கா. எங்க பெரீமைக்கு ஒன்னுந் தெரியாது.

பாட்டி ஒரு நாளு எனக்கு தலவகுந்துக்குட்டு இருந்தா. பாட்டிக்கு ரொம்பத் தெளிவான பார்வ. நேத்துப் பெறந்தச் செள்ளக்கூட எடுத்துக் குத்துவா. முடிய தூத்திஉட்டு பெரிய பேனுகளப் பூரா புடுச்சுருவா. ஈருவலியக் கொண்டு உருவுனாலும் சடக் சடன்னு நெறியும். வலிக்காம உருவிக் குத்துவா. பேனு பெறக்கும்போதே ஊர்ல நடக்குற வெசயம் பூராஞ் சொலுவா. அந்நியாரம் அப்பிடிக்கூடி காட்டுராசாங்கற பெய போனான்.

“இவெம்பேரு காட்டுராசான்னு எதுக்கு வச்சாக தெரியுமா?” பாட்டி ஏங்கிட்ட கேட்டா.

“தெரியாது. நீ சொல்லு.” நாங்கேக்கவும் பாட்டி லேசா சிருச்சுக்கிட்டா. பெறகு சொன்னா.

“இவுகம்ம அதான் அந்தப் பச்சமூக்கிப்பிள்ள. அவளும் வாக்கப்பட்டு நாலஞ்சு பிள்ள தாயாகிட்டா. ஆனா இன்னமும் துருச்துருச்சுன்னு மூக்க உறுஞ்சுக்கிட்டே இருப்பா. இந்தப் பெயலப் பார்த்தீலே. அவுகம்மயக் கெணக்காத்தான் மூக்க வடுச்சுக்கிட்டு அலைரான்.”

“இவெம்பேரு எதுக்கு காட்டுராசான்னு வச்சாகன்னு சொல்றம்ன பாட்டி” நான் நாவகப்படுத்துனேன்.

“நாம்பாரு எந்தயோ சொல்லிக்கிட்டுப் போறேன். அதான் இவுகம்ம ஒருநாளு மாட்டுக்குப் புல்லுப் பெறக்கப் போயிருக்கா. நெறமாத்தக் சூலி. போனலெக்குல வலிகண்டு அங்குனகுள்ளயே பிள்ளையப் பெத்துட்டா. புல்லறுக்கக் கொண்டுபோன பன்னறுவாளக் கொண்டு தொப்புளுக் கொடிய அறுத்துப்போட்டுட்டு, நஞ்சுக்கொடிய அங்ன குழியத் தோண்டிப் பெதச்சுட்டு பிள்ளயுந் தூக்கிட்டு புல்லுக்கட்டையும் தூக்கிட்டு வீட்டுக்கு வந்துட்டா. பெறகு வெந்நிய கின்னிய வச்சு ஊத்திருக்காக. இப்பப் போனானே, இந்தப் பெயதான் அது. அதுனாலதான் காட்டுராசான்னு பேரு வச்சுருக்கா.”

“இப்பிடி ஒத்தைல பிள்ளைப் பெத்துரலாமாக்கும் பாட்டி. எதுக்குப் பிள்ளப் பெறும்போது வேலைக்குப் போறாக. வீட்லயே இருக்கலாம்ல.”

“வீட்டுல இருந்தா சோறு தண்ணிக்கு எங்குட்டுப் போக. மாடுகன்னுக கொல பட்டினியா கெடக்கும். இவா மட்டுமில்ல, நம்ம தெருவுல ஏறக்கொறய எல்லாப் பொம்பளைகளுமே இப்பிடித்தான். ஒங்கம்மகூட மேலக்காட்ல போயி வயல்ல நட்டுட்டுவந்து, சாயங்காலம் மசால அரைக்கப்போம்போதுதான் வலிகண்டு அங்னகுள்ளயே ஒனியப் பெத்துக்கிட்டா.”

பெறகு பாட்டியே பேசிக்கிட்டா. “ஆம்பளைக கெணக்கா வேலவெட்டியுஞ் செஞ்சுகிட்டு, தொயந்து பிள்ளைகளையும் பெத்துக் கிட்டு கஸ்டப்பட வேண்டி இருக்கும். ஆம்பளைக்கென்ன. காட்டு வேலையோட முடிஞ்சது. பெறந்தா ஆம்பளையாப் பெறக்கனும். பொட்டச்சிகளாப் பெறந்து என்ன சொகத்தக் கண்டோம். நோனி பிதுங்க காட்லயும் வீட்லயும் வேல செய்றதுதான் மிச்சம். சரி ஒங்கம்மையிட்டப் போயி சடயப் போடு. ஓடு.”

பாட்டிக்குச் சடை பின்னத் தெரியாது. அதான் பேனப் பெறக்கிட்டு எங்கம்மயிட்ட போச்சொல்லிட்டா.

பாட்டி சொன்னது கெணக்கா, எங்க தெருவுல, பொம்பளைக ரொம்ப கஸ்டப்படத்தான் செய்றாக. சின்னவயசுலருந்தே இப்பிடித்தான் இருக்குது.

கைப்பிள்ளையா இருக்கும்போது, ஆம்பளப் பிள்ளய அழ உடமாட்டாக. ஆம்பளப் பிள்ள அழுதா ஒடனே தூக்கிப் பால் குடுப்பாக; பொம்பளப் பிள்ளன்னா அப்பிடி இல்ல. பால் குடுக்குறதுலகூட ஆம்பளன்னா ரொம்ப நாளைக்குக் குடுப்பாக. பொம்பளன்னா சீக்கிரத்துல பால்குடி மறக்க வப்பாக. சீக்கு நோக்குன்னு வந்தாலும் ஆம்பளன்னா அக்கறையா ஓடி ஓடி கவனிப்பாக. பொம்பளன்னா வேகாரிக்குப் போடுவாக.

கொஞ்சம் வளந்தப் பெறகும் இப்பிடித்தான். பெயல்களுக்குத்தான் மதிப்பு. அவனுக தின்னுட்டு தின்னுட்டு வெளாடப் போவானுக. பொம்பளப் பிள்ளைகதான் வீட்ல இருந்து, சட்டி வட்டி வெளக்கி, தண்ணி எடுத்து, வீடு கூட்டி, வெறகு பெறக்கி, துணி தொவச்சு, இப்பிடி சதா வேல செஞ்சுக்கிட்டு கெடக்கனும். இந்த வேல முடிஞ்சா கைப்பிள்ளையத் தூக்கிட்டு வெளாடப் போகனும்.

வெளாட்லகூட ஆம்பளைக வெளாட்ட பொம்பளைக வெளாடக் கூடாது. சேக்கமாட்டானுக. பொம்பளைக்குன்னு இருக்குறது கஞ்சி காச்சி, கலியாணம் முடிச்சு, தட்டாங்கல்லு, தாயம் வெளாடுறதுதான். ஆம்பளைக வெளாடுற தெலுக்கா, கோலிக்குண்டு, செலாங்குச்சி, கபடி இப்பிடி எதையும் வெளாண்டுட்டா, "ரொம்ப மப்புக்காரி பொறுக்கோ. பொட்டக் கழுதமாறியா இருக்கா. ஆம்பள கெணக்கா அவளுக்கு வெளாட்டப்பாரு" இப்பிடி கண்டமானிக்க வைவாக.

எங்க பாட்டியும் லேசுப்பட்டவா இல்லா. எங்களவிட பேரமார் களத்தான் நல்லா வச்சுக்கிருவா. வேலவெட்டிக்குப் போயிட்டுவரும் போது ஏதாச்சும் கொண்டாந்தான்னா மொதல்ல பேரனுகளத்தான் கூப்டு குடுப்பா. வெள்ளரிக்கா கொண்டாந்தான்னா, பல்லு இல்லா ததுனால வெதயப்பூரா நெகத்துதட்ட கொடஞ்சு தின்னுட்டு மீதிய எங்களுக்குக் குடுப்பா. அது மாதிரி, மாம்பழங் கொண்டாந்தான்னா, அவா தின்னப் பெறகு இருக்குற மாம்பழத்தொலி, கொட்ட இதுகள எங்களுக்குக் குடுத்துட்டு நல்ல முழு மாம்பழத்த பெயல்க கிட்ட குடுப்பா. வேற வழி இல்லாம நாங்களும் தின்னு கழுச்ச தொலிகள எடுத்துத் திம்போம்.

பாட்டி கொத்தச்சி வேல செஞ்சுதான் பிள்ளைகளக் காப்பாத்துனாளாம். கொத்தச்சி வேலன்னா, சம்சாரிக வீடுகளுக்குப்

போயி வேல வெசாரிச்சுட்டு, எங்க தெருவுகள்ள இருந்து பொம்பளை கள வேலைக்கு அமத்திட்டுப் போயி வேல செஞ்சுட்டு, சாயந்தரம் கூலி வாங்கியாந்துப் பிரிச்சுக் குடுக்கனும். சம்சாரிகள்ளாம் மேச்சாதிங்ரதுனால, அவுக வீடுக எங்க தெருவுல இருந்து ரொம்பத்தூரம் தள்ளி இருக்கும். வேல வெசாரிக்கப் போனாலும், செஞ்ச வேலைக்குக் கூலி வாங்கப் போனாலும் பத்துத் தடவ நாயா அலய வப்பானுக.

பாட்டிக்கிட்ட ரெண்டு பாலுமாடுக நின்னுச்சு. எரும ஒன்னு, பசு ஒன்னு. மாடுகளுக்குப் புல்லுப் பெறக்க, எரிக்க முள்ளுகிள்ளுப் பெறக்கப் போம்போது எனியவுங் கூட்டிட்டுப் போவா. புல்லுப் பெறக்கைல என்னத்தனாலும் சொல்லிக்கிட்டே இருப்பா.

ஒரு தடவ வெறகு பெறக்கப் போனோம். "இந்தப் பக்கமெல்லாம் ஒத்தசத்தைல பொம்பளைக வரக்கூடாது. மேல்சாதிக்காரப் பெயல்க கண்ல அம்புட்டாப்போச்சு. இழுத்துட்டுப்போயி அழிமாண்டஞ் செய்வானுக. இன்னுங் கொஞ்சந் தள்ளிப் போனா, வாரண்டுத் தோப்புக்காரனுக இருக்கானுக. மலங்காட்டுகள்ள ஒழுஞ்சுக்கிட்டு திரிரானுக. அவனுக கண்லயும் எம்புடக்கூடாது." பாட்டி இப்டிச் சொல்லவும் எனக்குப் பயம்மா இருந்துச்சு. அப்ப எனக்குப் பதிமூனு வயசு. எட்டாங்கெளாஸ் படுச்சுக்கிட்டு இருந்தேன்.

"ஒனக்குப் பயம்மா இல்லியா பாட்டி. வா வீட்டுக்குப் போயிருவோம்." பாட்டிய கூப்புட்டேன்.

"நம்ம ரெண்டு பேரு இருக்கம்ல. இன்னுஞ் செத்த நேரம் பெறக்கிட்டுப் போவோம். நீ பச்சப்பிள்ளயங் காட்டிப் பயப்புடுற. நானெல்லாம் எத்தன தடவ ஒத்தயில வந்து புல்லுப் பெறக்கிட்டுப் போயிருக்கேன் தெரியுமா?"

"அப்பயெல்லாம் ஒனக்குப் பயம்மா இருக்காதா பாட்டி? பூச்சக்கள்ளன் வந்தா என்ன செய்வ நீயி?" நாங்கேக்கவும், பெறக்ன வெறக கொடிபோட்டு கெட்டிக்கிட்டே பாட்டி சொன்னா.

"எனியப் பத்தி ஒனக்குத் தெரியாது. நம்ம தெருப்பெய மக்களுக்கே தெரியாது. நா ஒரு தங்கைப் பத்தினியாக்கும். ஒரு பெயல கிட்டத்துல நெருங்க உடமாட்டேன். இது தெரியாம இந்த பறச் சிரிக்கி முண்டைக பாடைல போறவளுக, எனியப் பத்தி தாறுமாறாப் பேசுவாளுக. போக்கத்த கொள்ளுமக்க குண்டிக்குப் பின்னாலதான் பேசுவாளுக. நேருக்குநேரா பேசச் சொல்லு பாக்கேன்." வெறகுக்கெட்டத் தூக்கிக்கிட்டு வீட்டுக்கு வந்துட்டோம்.

ரெண்டு நாக்கழுச்சு பாட்டி எங்க வீட்டுக் வந்தா. வந்து எங்கம்மைட்ட, "செவத்தி, இவா பாத்திமாப் பிள்ளையத் தாவணி போடச் சொல்லு. கௌாக்காத்தண்டி மொலைகள வச்சுக்கிட்டு பெயல்களோட சேந்து படிக்குறது அம்புட்டு நல்லா இல்ல. நேத்துச் சாயங்காலம் கடைல குருநா வாங்கிட்டு வரைல அவுக வாத்தியாரு, அதாம்டி லூர்துராசு வாத்தியாரு எனிய மெனக்குட்டு கூப்புட்டு, ஓம்பேத்தியா பாத்திமாள தாவணி போட்டாரச் சொல்லுங்கத்தன்னு சொல்லிட்டுப் போறான்." இப்பிடி பாட்டி சொன்னதக் கேட்டுக் கிட்டிருந்த நாஞ் சொன்னேன்,

"நாந்தாவணி போடமாட்டேன். பெயல்கள்ளாம் உரிக் காட்டுவானுக. நானு ஒன்பதாங் கௌாசுக்குப் போம்போது தான் தாவணி போடுவேன்."

"ஓனக்கென்னடி தெரியும். அவெம்பாரு. பாடஞ் சொல்லிக் குடுக்கத உட்டுட்டு இதக் கருக்கடையாப் பாத்துட்டு வந்து சொல்றான். பேசாமப் போட்டுப்போ." பாட்டி அரட்டுனா.

எனக்குத் தாவணி போடுரதுக்கு ஆசையா இருந்தாலும், வெக்கமாகவும் இருந்துச்சு. தாவணி போட்டா எப்பிடி இருக்கும்னு நானு நெனச்சு நெனச்சுப் பாத்துக்கிட்டு இருந்தேன்.

பாட்டியும் அம்மையுமா பேசிக்கிட்டாக. பாட்டி அம்மை கிட்ட சொல்றா. "ரெண்டு மூனு மாத்தையிலே இவா ஆளானாலும் ஆகிருவா பொருக்கோ. மொகமெல்லாம் மினுங்கிக்கிட்டு வர்ரதப் பாத்தியா. சடங்கானதும் படிப்ப நிப்பாட்டிட்டு எவங்கைலயாவது புடுச்சுக் குடுத்துட்டு ஓம்பாட்டுக்க நிம்மதியா இரு."

"அப்பிடியெல்லாம் இப்ப நிப்பாட்ட உடமாட்டாக. பெரியபத்து வரைக்குமாச்சும் படிக்க வைக்கனும்னு சொல்றாக. நம்மதான் படிக்காம கெடந்து சீரழிறோம். அதுகளாவது படிக்கட்டும்ங்காக." அம்ம இப்பிடிச் சொல்லவும் பாட்டிக்குக் கோவம் வந்துருச்சு.

"ஓனக்கு ஏதாச்சும் வெவரமிருக்கா. கொமரி குட்டச்சிகள கலியாணம் முடுச்சுக் குடுக்காம வீட்ல எப்பிடி வச்சக்கிட்டு இருப்ப. நாலுபேரு நாலு வெதமா பேசமாட்டாக. பொம்பளப் பிள்ளைகள வீட்ல வச்சுக்கிட்டு இருக்குறது வகுத்துல நெருப்பவச்சுக்கிட்டு இருக்குறது கெணக்கா. எம்புட்டு நாளைக்கு இவகள வச்சு நீ காபந்து செய்வ? சொல்லு. ஏங்காலத்துல பொம்பளைக ஆளாகுமுன்னாலியே கெட்டிக் குடுத்துருவாக. அவா குருவம்மாப் பிள்ளையெல்லாங் கெட்டிக் குடுத்து ரெண்டு வருசஞ் செண்டுதான் வயசுக்கு வந்தா."

கேட்டுக்கிட்டுருந்த நாங்கேட்டேன் "எங்கம்மய எப்ப பாட்டி கலியாணம் முடுச்சுக்குடுத்த?"

"ஒங்கம்ம சடங்காகி நாலஞ்சு மாசம் வீட்ல இருந்தா. ஒங்க பெரிமயத்தான் ஒடனே புடுச்சுக் குடுத்துட்டேன். அவா பாவம் மாட்டம்னா. அவெ மொசலுபட்டிக்காரன் பொண்ணு கேட்டு ஒத்தக்கால்ல நின்னான். அவெந் தொல்ல தாங்க மாட்டாமத்தான் சட்டுபுட்டுன்னு முடுச்சுப் போட்டேன். அவனக் கெட்டிக்கிட்டு அவா என்னத்த வாழ்ந்துட்டா? வருசயா ஏழெட்டு பிள்ளைகளப் பெத்துப் போட்டு, பொடுக்குனு கண்ண மூடிட்டா. பாதகத்தி."

"பெரியம எப்பிடி பாட்டி செத்தா?"

"கிளிய வளத்து பூன கைல குடுத்துட்டேன். ஒங்க பெரியப்பன் அவள அடுச்சே கொன்னு போட்டான். பெத்த வகுறு எரியுது. அநியாயமா அவளச் சாகடுச்சான் பாவி. நா ஒரு பெயலுக்கு முந்தி போட்டவா சொல்றேன். நீ வேண்ணா பாத்துக்கிட்டு இரு. ஒங்கப் பெரியப்பன் என்ன சாவு சாவானோ."

"எதுக்கு பாட்டி அடுச்சாக?" நாங்கேட்டு முடிக்குதுக்குள்ளே பாட்டி கோவமா கத்துனா.

"எதுக்கா, காமக் கோட்டாள புடுச்சபெய. தெனமும் மல்லாரச் சொல்லித்தான். ராப்பகலா வீட்லயும் காட்லயும் வேல செஞ்சுட்டு வந்துட்டு இவெ வெறிக்கு ஆளாக முடியுமா? மிருகச் சாதிப் பெய. மாட்டம்னு சொன்னா இடுப்பு எடவார்டயே வெளுப்பான். ஒரு நா ஏங் கண்ணுக்கெதுர ஒலக்கைய கொண்டி அடுச்சுப் போட்டான். அவெங் கைல பாம்பு புடுங்க."

"நீ பாத்துக்கிட்டு சும்மாயா இருந்த. போயி வெலக்கி உட்டான."

"சின்னப்பிள்ளத்தனமா நீ பேசுற. ஆம்பள அடிக்கும் போது பொம்பள போயி வெலக்க முடியுமா? அவா என்ன நாலஞ்சு அண்ணந் தம்பி கூடயா பெறந்துருக்கா? எதுத்துக் கேக்க நாதியில்ல. பெத்தத் தகப்பனும் இல்ல. எவெ என்னன்னு கேப்பான்? அப்பிடியே அங்ன நின்னவுக கேக்க வந்தாலும், ஏம் பொண்டாட்டி, நா அடிப்பேன் கொல்லுவேன்னு ஆணவமாப் பேசி அம்புட்டுப் பேரையும் வைரான். யாரு போவா சொல்லு."

"அவா சாகும்போது கடைசிப் பிள்ளைக்கு, அதான் செயக் கொடியாளுக்கு நாலே மாசந்தான். பால்குடி மறக்காத பச்சமண்ண உட்டுட்டுப் போயிட்டா."

“செயக்கொடியாப் பிள்ளைய யாரு வளத்தாக?”

“அவுகக்காமாரு ரெண்டு பேருந்தான் பாத்துக்கிட்டாளுக. மூத்தவா கஞ்சி தண்ணி காச்சுவா. எளையவா பிள்ளைய வச்சுக்கிட்டு இருந்தா. நானு ஊடதாட போயி பாத்துக்கிட்டேன்.”

அன்னியாரம் பாத்து செயக்கொடியா பிள்ளை வந்தா. வந்து “ஏ பாட்டி ஒனிய அக்கா கூப்டுரா” சொல்லி கையோட கூட்டிட்டுப் போனா.

செயக்கொடியாளுக்கு அஞ்சாறு வயசு இருக்கும். பள்ளிக் கொடம் போகாம வீட்டு வேல செஞ்சுக்கிட்டு வீட்ல இருந்தா. அவுங்கக்கா மூத்தவளுக்குப் பதினாறு வயசுக்கு மேலே ஆயிருச்சு. ஆனா அவா இன்னமுஞ் சடங்காகல. அதுனால அவா இருசி யாயிட்டான்னு ஊருக்குள்ள பேசிக்கிட்டாக. பாட்டி இதுனால ரொம்ப கஸ்டப்பட்டா.

ஒருநாளு பாட்டியும் அம்மையும் இதப்பத்திப் பேசிக் பேசிக்கிட்டிருந்தாக.

“மரியம்மாவுக்கு இம்புட்டு வயசாகியும் இன்னும் மொலையும் வல்ல. ஒன்னும் வல்ல. அவா சடங்காகமெ இருக்குறத வச்சு, கண்டமானிக்கா பேசுராளுக. அந்தப் பிள்ள வயசுக்கு மீறுன வேல செஞ்சே கரண்டுபோனா பாவம்” பாட்டி இப்பிடிச் சொல்லவும் எங்கம்மா சொன்னா.

“ஏமா, இந்த டவுனுல இருக்குற வெள்ளக்காரத் தாயாருமாரு ஆஸ்பத்திரியில கொண்டுபோயி காட்டுனா, சடங்காரதுக்கு மாத்திர, டானிக்கு ஏதாச்சும் குடுப்பாகளாம்; நம்ம ஊருத் தாயாருமாரு சொன்னாக. போயிக் காட்டிப்பாரேன்.”

“நானே குருட்டுக் கண்ணு கொள்ளுகணக்கா இருக்கேன். நா எங்குட்டி கூடி வெசாருச்சுப் போப் போறேன். ஒரு நாளைக்குக் கொண்டு போயி காட்டனும். அவுகய்யன் ஒன்னுஞ் செய்யமாட்டான். வகுறு ரொம்புனா போதும். அவெம்பாட்டுக்கு அலைவான். பொம்பள இல்லாத வீடு ஒரு வீடா.”

“ஏ பாட்டி, நீ மரியம்மாளக் கூப்டுக்கிட்டு போம்போது நானும் வாரேன்.” நாங் கேட்டேன்.

“நீ என்னத்துக்கு, துட்டுக்குப் புடுச்ச கேடா?” சொல்லிட்டு எந்துருச்சு அவா வீட்டுக்குப் போயிட்டா பாட்டி.

மரியம்மாள ஆஸ்பத்திரிக்குக் கூட்டிட்டுப் போயிட்டு பாட்டி எங்க வீட்டுக்கு வந்தா.

“எப்பிடி பாட்டி வண்டி பாத்து ஏறிப் போயிட்டு வந்துட்ட?” நாங் கேக்கவும் பாட்டி சிருச்சக்கிட்டே சொன்னா.

“நம்ம ஊரு அம்மாக்கமாருகதான் தெனமும் டவுனுக்குப் போறாகள்ள. அவுகளோடய போயிட்டேன்.”

“அம்மாக்கமாரெல்லாம் மேகலக்குடிச் சனங்க. அவுகளப் பாத்தீன்னா ஒவ்வொருத்தரும் மகாலச்சுமி கெணக்கா இருப்பாக. அவுக தலைல எப்பப் பாத்தாலும் எண்ணையும் பூவும் வாடாம இருக்கும். நம்மளக் கெணக்கா நாயித்துக் கெழம இத்தினிக்கானு தேங்கா எண்ண வாங்கி தேய்க்க மாட்டாக. தேங்காய செக்குல போட்டு ஆட்டி சுத்தமா எண்ணை எடுத்து வச்சுக்கிட்டு தெனமும் தேப்பாக. அவுக வளுச்சுச் சடப் போடுறதுக்கே ஒரு மணி நேரம் ஆகும்.”

“நீ எப்பிடிப் போனன்னு கேட்டா என்னத்தையோ சொல்ற. சரி ஆஸ்பத்திரில என்ன சொன்னாக?” எங்கம்ம கேட்டா.

“ஆஸ்பத்திரில என்ன சொன்னாகளா; கண்ணு, நாக்கு கீக்கெல்லாம் பாத்துட்டு இத்தினிக்கூட ரத்தமில்லன்னுட்டாக. ரத்தவிருத்தி இருந்தாத்தான் ஆளாவான்னு சொல்லி, ஒரு ஊசியப் போட்டு, மாத்திர, டானிக்கு குடுத்துப் போச் சொன்னாக. ரெண்டு மூனு மாசம் பாத்துட்டுப் பெறகு வரச் சொன்னாக.”

“அந்த டவுன்ல பாத்தீன்னா வண்டிக்காடு வதியளிது. எம்புட்டு வண்டிங்ற. அம்புட்டு வண்டிகள்ளயும் சனங்க போயிட்டு வந்துட்டுத் தான் இருக்குதுக. பெயமக்க எங்கதான் போகுதுகளோ வருதுகளோ. சும்மாயுமா போறாளுக. கண்டதக் களியத வாங்கி தின்னுக்கிட்டு திருநாக் கூட்டங் கெணக்காத்தான். இந்த யாவாரிகளும் என்னென்ன சாமானுகளயெல்லாங் கொண்டாந்து விக்கானுங்க.” பாட்டி சொல்லவும் நாங்க அருவசமா ஒக்காந்து கேட்டோம்.

“ஏ செவத்தி, இன்னொரு வெசயம் தெரியுமா ஒனக்கு. அந்த ஆஸ்பத்திரில இருக்குர வெள்ளக்காரத் தாயார்க வெள்ள வெளேர்னு இருக்கா. பாதகத்திக என்னத்தத்தான் திம்பாளுகளோ. பிச்சுத் திங்கலாம் போல இருக்காக.”

பாட்டி சொல்லவும் எங்கம்ம கேட்டா “இதென்ன அருவசம்ங்ற. இங்க நம்ம ஊர்லயுந்தா வெள்ளக்காரச் சாமி, வெள்ளக்காரத் தாயார்க இருந்தாக. நாயித்து நாயித்துக்கெழம நீ கோயில்ல பாக்கல?”

“நா அதச் சொல்ல வரலடி. தாயார்மார்கதான் அப்பின்னா, அவுக வளக்குற பன்னிககூட வெளேர்னுதான் இருக்கு. பாக்கப் பாக்க அம்புட்டு அருவசமா இருக்கு.” பாட்டி சொல்லி முடிக்கவும் அங்ன ஒக்காந்திருந்த மாடத்தி நக்கலா சொன்னா.

"இவா வெள்ளையம்மா கெழவி பொய்யச் சொன்னாலும் பொருந்த சொல்லனும். எங்கள என்ன கேணக்கூதிகனா நெனச்சுக்கிட்ட."

பாட்டிக்குக் கோவம் வந்துருச்சு. "ஏ செத்த பெய மகளே, நாம் பாத்துட்டு வந்து சொல்றனாக்கும். நீ மப்புப் பண்ணிட்டு பேசுறியே. ஏம்பேத்தியா மரியம்மாளக் கேட்டுப் பாரு. பன்னிகளப் பாத்துட்டு அங்குட்டு இங்குட்டு நகர முடியல. அப்பிடி ஒவ்வொன்னும் கரடு மொரடா கொளுத்துப் போயி கெடக்கு. நீ என்ன அத சாதாரணப் பன்னின்னா நெனைக்க? அதுக பூராச் சீமப் பன்னிகளாம். நம்ம பன்னிக கெணக்கா பேண்ட பீயத் தின்னுகிட்டு அலையிதுகனா பாத்தா? பூராங் கோதுமையும், பால்பவுடரும், பிஸ்கோத்துமா குடுத்துல அத வளக்காக. பெறகு வெளேர்னு இருக்காமெ கரேர்னா இருக்கும்." பாட்டி இப்படிச் சொல்லவும் எல்லாரும் அருவசமா சீமப் பன்னிய பாக்ரது கெணக்கா பாட்டியப் பாத்தோம்.

பெறகு மாடத்தி சொன்னா, "நம்ம இங்க நாயி பட்ட பாடுபட்டு கோதுமையும், பால்பவுடரும் சாமியார்ட்ட வாங்கித் திங்கோம். அங்க பாரு பன்னிகளுக்கு அடுச்ச அதுர்ஸ்டத்த."

இதெல்லாங் கேட்டு நாம் பாட்டிக்கிட்ட கேட்டேன். "ஏ பாட்டி, எனிய ஒரு தடவ கூட்டிட்டுப் போயேன் பாட்டி" நாங் கெஞ்சவும் பாட்டி ரொம்ப வேகமா, "ஒங்கய்யங்கிட்ட போயி கேளு. எங்குட்டுப் போனாலும் கலியாணம் ஆகாத எளவட்டங் கெணக்கா அலையுதுல. பொண்டாட்டி பிள்ளைகள நாலு லெக்குக்குக் கூட்டிட்டுப் போயி காட்டுனா என்ன."

"எங்கய்யா எனியெல்லாம் கூப்டு போகாது பாட்டி. எங்கண்ணனத் தான் கூட்டிட்டுப் போகும். நாங்கேட்டா, பொம்பளப் பிள்ளகள அங்குட்டு இங்குட்டு கூட்டிட்டுப் போகக் கூடாதுங்குது."

"அது என்ன கழுதையா, அப்பிடித் தான் செய்றாக. இந்த இங்ன இருக்குற சினிமாக் கொட்டாயில கூட சினிமாப் பாக்கப் போவுட மாட்டாங்க. நம்ம போனா முக்கிமுக்கி இந்த கோயிலுக்குப் போவோம். ஆம்பளைக சொல்றதும் ஒரு திக்கத்துல பாத்தா நாயமாத்தான் இருக்கு. அவனுகள மாதி நம்ம அலைய முடியுமா. நம்மள கண்ட பெயலும் அழிமாண்டஞ்செஞ்சு போடுவான்க." சொல்லிக்கிட்டே பாட்டி எந்துருச்சு சீலய ஒதறிச் செருகிக்கிட்டுப் போயிட்டா.

மருந்து மாத்தரைகளைத் தின்னப்பெறகும் மரியம்மா சடங்கால. ஊர்ல பாட்டிய பாக்குரவுகல்லாம், "என்ன வெள்ளையம்மா, ஓம்பேத்தியாளுக்கு டவுனு ஆஸ்பத்திரில மருந்து வாங்கிக் குடுத்தும் பெரிய மனுசி ஆகலியாமே" இப்பிடிக் கேக்க ஆரம்புச்சுட்டாக.

அப்பத்தான் தெக்குத் தெரு காளியம்மா, பாட்டிக்கு ஒரு யோசன சொன்னா. "இந்த மதுரகிரிங்ற ஊர்ல பாருங்கத்தே, ஒரு பூசாரி இருக்காராம். அவரு கையால மந்துருச்சு தாயத்து கெட்டி உட்டா, பிள்ளையில்லாத மலடிக்குப் பிள்ளப் பாக்கியம் கெடைக்குதாம். சமயாத பிள்ளக்காடுக சமஞ்சுருதாம். ஓம் பேத்தியாள அவருட்ட கொண்டு போயி காட்டுங்களேன்."

சரி, இதையுஞ் செஞ்சு பாத்துருவம்னு, பாட்டிக்கு ஆசை. ஆனா எதுத்த வீட்டு ரெசினாப்பிள்ள வந்து, "வேதத்துல சேந்தப்பெறகு இப்பிடி பூசாரிக்கிட்ட போயி மந்துருச்சா சாவான பாவம்னு சாமியாரு போன வாரந்தா சொன்னாரு. நித்திய நரகத்துக்குத்தான் போவமாம்" இப்பிடி சொல்லிப் பயங்காட்டி உட்டுட்டா.

இதக்கேட்ட காளியம்மா, "அப்பிடி எல்லாம் ஒன்னுமில்லங்கத்த. போயி மந்தருச்சுட்டு வாரவுகள்ளாம் பைத்தியக்கார்களா என்ன. இவா கெடக்கா. இவா வைற கெட்ட வாத்தைக்கு இவாதான் நேரா நரகத்துக்குப் போவா. சரி அப்டி ஒங்களுக்கு ஒரு மாதிரி இருந்துச்சுன்னா, போயிட்டு வந்துட்டு வார நாயித்துக் கெழம பாவ சங்கீர்த்தனத்துல சொல்லிட்டு நன்ம வாங்கலாம். நீங்க ஒங்கபாட்டுக்குப் போங்க" இப்பிடி தைரியங் குடுக்கவும் பாட்டி போகலாம்னு முடிவு செஞ்சா.

வார செவ்வாக் கெழம வாக்குல கூப்டு போகலாம்னு நெனச்சுக் கிட்டு இருந்தா பாட்டி. ஆனா அதுக்கு முன்னாலியே திங்கக் கெழம விடியங்காட்டி கோழி கூப்ட மரியம்மா சடங்காயிட்டா.

2

எங்க தெருவுகள்ள பிள்ளைக சமஞ்சுட்டா வீட்டுக்குள்ள பன ஓலையவச்சு குச்சுலுக்கெட்டி பதினாறு நாலு அந்தக் குச்சுலுக்குள்ள ஒக்கார வைப்பாக. அந்தப் பதினாறு நாளும் சமஞ்ச பிள்ளைக எந்த வேல வெட்டிக்கும் போகாதுங்க. வீட்லயும் வேல செய்யாதுக. ஒரு நாளைக்கு ஒருத்தரா சொந்தக்காருக இந்தச் சடங்கான பிள்ளைக்குச் சோறு காச்சிப் போடுவாக. இதோட ஏதாச்சும் தீம்பண்டங்களும் வாங்கித் திங்கக் குடுப்பாக.

குச்சுலுக்குள்ள இருக்கும்போது தெனமும் மஞ்சப்பூசி குளுச்சு, வெளுத்த சீலையைக் கெட்டிக்கிட்டு வேளாவேளைக்குச் சோத்துல நல்லெண்ண ஊத்திச் சாப்பிடுவா. நாங்க சின்னப் பிள்ளைகள்ளாம் சேந்துக்கிட்டுப் போயி குச்சுலுக்குள்ள எட்டி எட்டிப் பாப்போம்.

அருவசமா இருக்கும். மத்த கொமரிப் பிள்ளைகளும் வந்து பாத்துட்டு என்னத்தென்னத்தையோ பேசுவாளுக. அவளுக பேசிக்கிட்டாளு கன்னா சிரிப்பாணி அள்ளும்.

அவளப்போயி பாக்கப்போற பிள்ளைக் கூட தாயம், பன்னாங் குழி, தட்டாங்கல்லு இப்பிடி ஏதாச்சும் வெளாடுவா சமஞ்ச பிள்ள. அவா குச்சுலுக்குள்ள பதினாறு நாளும் கைல சினுக்கோரி இல்லின்னா ஏதாச்சும் இரும்புச் சாமா வச்சிருக்கனும். முக்கியமா ஒன்னுக்கு ரெண்டுக்கு வெளிய போம்போது அதக்கொண்டு போகனும். இல்லைனா பேயடுச்சுருமாம்.

பிள்ளைக சமஞ்ச அன்னைக்கு ராத்திரி. பொம்பளைக வேல வெட்டிக்குப் போயிட்டு திரும்பி வந்த பெறகு வயசுக்கு வந்த பிள்ளையக் குளுப்பாட்டுவாக. அந்தப் பிள்ளையோட அம்மாக்காரி போயி சொந்தக்காருக வீட்ல பூராஞ் சொல்லிட்டு வந்துருவா. மசங்குனப் பெறகு நாலு பொம்பளைக சீலய விருச்சு நாலா திக்கமும் மறச்சுக்கிட்டு அந்தப் பிள்ளைய நடுவுல ஒக்கார வச்சு ஒவ்வொருத்தரா தண்ணி ஊத்துவாக. மஞ்சப் பூசிக் குளுச்சுட்டு வேற சீலயக் கெட்டிக்கிட்டு அப்பிடியே குச்சுலுக்குள்ள போயி ஒக்காந்துக்கிருவா. அப்டித் தண்ணி ஊத்திக் குளுப்பாட்டும்போது. பாட்டுப்படுச்சு கொலவ போடுவாக. பதினாறாவது நாளு குச்சுல புடுங்கிச் சுட்டப்பெறகு ஆளப்போல வெளிய வந்து வேல வெட்டிக்குப் போவா.

கொஞ்சம் ஏலுக்கையா இருக்குரவுக பதினாறாவது நாள்ல வீட்டுக்கு முன்னாடிப் பந்தப் போட்டு, வாழநட்டு, ரேடியாகெட்டி, மொய் உழுத்தாட்டி, ரொம்ப பவுரா கொண்டாடுவாக. இதுக்குத் தாய் மாமன் வீட்ல இருந்து சேல, ரவுக்க, அண்டா, குண்டான்னு எடுத்து வைக்கனும். மத்த சொந்தக்காரங்களும் பாத்திரம் பண்டங்கள எடுத்துட்டு வருவாக. இப்பிடிக்கொண்டுட்டு வார சீர்களப் பூராம் தலைல வச்சுக்கிட்டு கொட்டடுச்சுக்கிட்டு, பெட்ரமாஸ் லைட்டுகள தூக்கிக்கிட்டுத் தெரு தெருவா சுத்துவாக. அதப்பாத்துட்டு இன்னாரு மகா சடங்குக்கு இம்புட்டுச் சீருசெனத்தி வந்துச்சுன்னு பேசிக்கிருவாக. சீர செஞ்சவுக வீட்ல இப்பிடிச் சடங்கு வரும்போது இவுக திருப்பிச் செய்யனும். இல்லாட்டி கேவலமாப் பேசிச் சண்ட போடுவாக. இப்பத் தான் இப்படிச் செய்ராகளாம். எங்க பாட்டி காலத்துல இப்பிடி கொண்டாட்டமெல்லாம் கெடையாதாம்.

மரியம்மா சடங்கானப்ப இப்பிடி எதுவுமே செய்யலன்னு பாட்டி சொல்லி வருத்தப்பட்டா.

“பேருக்கு எட்டுநாளு குச்சுலுக்குள்ள இருந்தா. ஒங்கம்ம ரெண்டுநாளு காச்சி ஊத்துனா. கைல இருவது ரூபாயும், ரெண்டு பிடி

அரிசியுங் குடுத்தா. பெறகு ஏ மாமெ மக்க நாலு நாளு காச்சி ஊத்துச்சுக. அதுகிட்ட என்ன இருக்கு பாவம். முருங்கக் கீரையும், ரசமும், கருவாட்டுத் தண்ணியுங் கொண்டாந்து போட்டாளுக."

"எதுக்கு பாட்டி மரியம்மாளுக்கு சடங்கு வைக்காம உட்டுட்டீங்க"ன்னு நாங் கேட்டேன்.

"சடங்கு வைக்குறதுன்னா சும்மாவா. கைல நாலு துட்டு இருந்தா எல்லாம் வைக்கலாம். எட்டாவது நாளே குச்சுலப் புடுங்கிச் சுட்டுட்டு வேலைக்குக் கௌம்பிட்டா. அம்ம போயி சேந்துட்டா. அப்பங்காரங் குடுச்சுக்கிட்டு, வப்பாட்டி வச்சுக்கட்டு அலைரான். பிள்ளைகளப் பத்தி கடுகளவு கவல இருக்குதா அவனுக்கு. அவெம் பூழலு நெறஞ்சா போதும்."

"சரி. சடங்கானதுக்குப் பாட்டுப் படுச்சு கொலவ போடுவாகள்ள. அந்தப்பாட்டு ஒனக்குத் தெரியுமா பாட்டி."

"கஞ்சிக்கத்துப் போயி கெடந்தாலும் பெயமக்க பாட்டு மட்டும் பெருசா படுச்சு கொலவ போட்டுருவாக" சொல்லிட்டு அந்தப் பாட்டப் படுச்சா பாட்டி.

"வெள்ளிக் கெழமன்னைக்கு விடியாச் சாமத்துல
பொஸ்பவதி ஆயிருக்கா பெரியவுக சொன்னாக
தாயுந் தகப்பனும் சந்தோசப் பட்டாக
வருசயில மாமெம்மாரு வந்து எறங்குனாக -

சவுளிக் கடதொறந்து சருகப் பட்டெடுத்து
மாடிக் கடதொறந்து மனசுக்கேத்தப் பட்டெடுத்து
அடிமுந்திக் கரையிலயோ அன்னம் பதுச்சுருக்கும்
மேமுந்திக் கரையிலயோ மேகம் பதுச்சுருக்கும் -

ஆத்துல குளுச்சாலும் மலவாட தட்டுமன்னு
கொளத்துல குளுச்சாலும் குளுர்வாட தட்டுமுன்னு
செங்கெணத்துத் தண்ணியில் சேந்து தலமுழுகி
இலுப்பப் பூத் தொட்டியில இருந்து தலமுழுகி -

தங்கச் சினுக்குவலி தட்டித் தலையுணத்தி
வெள்ளிச் சினுக்குவலி வீசித் தலையுணத்தி
பொன்னுச் சினுக்குவலி போட்டு தலையுணத்தி
பொன்னான ஒருகொலவ போடுங்கடி பொம்பளைக" -

"நாலுவரிக்கொருக்கா கொலவ போடுவாளுக." பாட்டி சொன்னா. "பாதகத்தி மகா பொசுப்பவதி ஆகித்தான் என்ன பெரயோசனம். ஆளான அடுத்த வாரத்துலயே படுத்த படுக்கை ஆயிட்டா."

குச்சுலுப் புடுங்கிச் சுட்டப்பெறகு கெணத்து வெட்டு வேலைல சம்பளம் ரொம்பக் குடுக்காகன்னு மரியம்மா கெணத்து வேலைக்குப் போனா. எளவட்டங்க, கொமரி குட்டச்சிகதான் அந்த வேலைக்குப் போகமுடியும். கஸ்டமான வேலன்னாலும் ஏதோ கொஞ்சம் துட்டு உண்டெனாக் கெடச்சா வகுராற கஞ்சி குடிக்கலாமுன்னு இந்த வேலைக்குப் போவாக.

கெணத்து வெட்டு வேலைல, ஆம்பளைக கெணத்துக்குள்ள எறங்கி நின்னு வெட்டி, சரளிக்கல்ல கூடைகள்ள அள்ளி உட, பொம்பளைக கல்லுக்கூடைய கீழருந்து தலைல வச்சு செமந்து கொண்டாந்து மேல கொட்டனும். கெணறு வெட்டுறது, வெடி வைக்கிறது, சம்மிட்டி அடிக்கிறது, எல்லாம் ஆம்பளைக வேல. அதுனால அவுகளுக்குச் சம்பளம் சாஸ்தி. பொம்பளைகளுக்கு எந்த வேலைக்குமே கொறச் சம்பளந்தான். ஒரே மாதிரி வேல செஞ்சாக்கூட கொறச்ச கூலிதான். வெறகுக் கட்லகூட ஆம்பள கெட்டுனா அஞ்சாறு ரூவா கூடத்தான். பொம்பளைக கெட்டயே ஆம்பள கொண்டு போயி வித்தாம்னா அதுக்கு உண்டான வெலதான்.

ஒருநாளு அப்பிடித்தான் மரியம்மா கல்லுக்கூட தூக்கிக்கிட்டு மேல வரும்போது, கல்லுத் தடுக்கி, மேல இருந்து கூடையோட கீழ உழுந்துட்டா. அம்புட்டு ஆழக் கெணத்துல உழுந்து அவா பொழச்சதே மறுபொழப்பு. தலைல அம்புட்டு அடி இல்ல. ஆனா ஒடம்புலருந்த எலம்புபூரா நொறுங்கிப் போச்சு. அந்தானிக்க ஒலப்பாய்ல அள்ளிச் சுத்திக்கிட்டு மாட்டுவண்டில வச்சு பக்கத்து ஊர்ல இருந்த கவுர்மெண்டு தர்மாஸ்பத்திரிக்குக் கொண்டு போயி பெட்டுல சேத்துட்டாக.

வெசயத்தக் கேள்விப்பட்டு நாங்கள்ளாம் போனோம். எங்க பாட்டியும் வந்தா. பாத்துட்டு அழுகாத ஆளு பாக்கியில்ல. மரியம்மாவுக்கு மூஞ்சிமட்டுத்தான் தெருஞ்சது. கழுத்துல இருந்து காலுவரைக்கும் பூரா மாவுக்கெட்டுப் போட்டு அங்குட்டு இங்குட்டுப் பெரளக் கூட முடியாம கெடந்தா. அவா எந்துருச்சு நடமாட எப்பிடியும் ஒருவருசமாச்சும் ஆகும்னாக.

மரியம்மாளப் பாத்துட்டு வயக்காட்டுப் பாதையில பேசிக்கிட்டே நடந்து வந்தோம். "இப்பிடித்தான் ஒருபெய கலியாணம் முடுச்ச ரெண்டாவது வாரத்துல கெணத்து வேலைக்குப் போயி வெடி வைக்கும்போது, வெடில மாட்டிக்கிட்டுச் செத்துப் போனான். இன்னொரு பெய கமல போட்டு தண்ணி எறைக்கயில மாடுக மெரண்டு இவன இழுத்துக் கொண்டுபோயி கெணத்துல தள்ளி, செவத்துல மூஞ்சி அடியா அடுச்சுச் செத்துப் போனான்."

“போன வருசங்கூட கடல போட போன பிள்ளைக ரெண்டு பேரு, ரெண்டுங் கொமரிப் பிள்ளைக, கடலப்பருப்புத் தின்னுட்டு வாந்தி எடுத்துச் செத்துப் போச்சுக.”

பாட்டி இப்பிடிச் சொல்லவும், “கடலப்பருப்பத் தின்னா செத்து போவாகளாக்கும்?” நாங் கேட்டேன்.

“வெறும் பருப்பத் தின்னாச் சாகமாட்டாக. வெதைக்கு வச்சிருக்க பருப்புல சம்சாரிக மருந்த கலந்து வச்சிருக்காக. இவளுக பருப்பத் தின்னுப் போடக்கூடாதுன்னு கண்டா மருந்தக் கலக்கி வச்சானுகளோ என்ன எழவோ. கலந்தவ முன்னக் கூட்டியே சொல்லியாவது வச்சிருக்கனும். இந்தப் பாதகத்தி மக்களும், மருந்து வாசத்தக் கண்டு திங்காமயாச்சும் இருந்துருக்கனும். வெறும் வகுத்துல கஞ்சி தண்ணி குடிக்காம அந்தப் பருப்பத் தின்னுட்டு காட்லயே வாந்தி எடுத்துக்கிட்டு கெடந்துருக்காளுக. அங்ன ஒழவுக்குப்போன நம்மாளுகதான் பாத்து தூக்கியாந்து இதே ஆசுபத்திரில போட்டாக. அன்னைக்கு ரவைக்கே ரெண்டு பேருஞ் செத்துப் போயித் தூக்கிட்டு வந்து பெதச்சாக. தஞ்சாவு செத்தாலும் முழுசா கொண்டு போயி பெதைக்கலாம். ஆசுபத்திரிக்கு வந்த அன்னைக்கி மூள, கொல, ஈரலு எல்லாத்தையும் அறுத்து எடுத்துக்கிட்டு வெறுங் கொடல வச்சு தச்சு பாய்ல கெட்டிக் குடுப்பானாம்.”

வயக்காட்டு வழியா மூனு மைல் தூரம் பேசிக்கிட்டே நடந்து வந்தோம். தீடீர்னு என்னமோ பயங்கரமா சத்தம் போட்டுச்சு. எனக்குன்னா கொலையெல்லாம் நடுங்குச்சு. பாட்டி சொன்னா எங்குட்டோ நரிக கெடந்து ஊளையிடுதுன்னு.

நாதியத்துப் போயி ஆசுபத்திரில கெடந்து கஸ்டப்பட்டு ஏழெட்டு மாசங் கழுச்சு மரியம்மா வீட்டுக்கு வந்தா.

கொஞ்சநாளு கழுச்சு வேல வெட்டிக்குப் போக ஆரம்பிச்சிட்டா. அவுக தங்கச்சி அன்னம்மாளும் வேலைக்குப் போனா. ரெண்டு பேருமா சேந்து களை எடுக்க, கதுரறுக்கப் போனாக. வேல கெடைக்காத நாள்ல மலங்காட்டுக்கு வெறகுக்குப் போயி வெறகு கொண்டாந்து வித்து கஞ்சி காச்சுனாக.

ஒருநாளு வெறகு பெறக்கிட்டு, வேனாப்பறந்த வெயில்ல வெறகுக் கெட்ட தூக்கிக் கிட்டு வந்துருக்கா மரியம்மா. கால்ல செருப்புகிருப்பு ஒன்னுமில்ல. ஓடக்காட்டு மணல்ல பொடிப் பொசுக்கிக் கெடக்கவும், அங்ன ஆலமரத்துல வெறகுக் கெட்ட ஊனிட்டு செத்தநேரம் எளப்பார ஒக்காந்துருக்கா. பக்கத்துல பம்புசெட்ல தண்ணி ஓடவும்

போயி ரெண்டு வா தாகத்துக்குக் குடுச்சிட்டு வருவோமுன்னு போயிருக்கா. அது அந்தய்யா கொமாரசாமியோட பிஞ்ச. ரூமுக்குள்ள அவரு இருந்துருக்காரு. இவா பாட்டுக்குப் போயி தண்ணிக் குடுச்சிட்டு வரயில, கையப் புடுச்சு ரூமுக்குள்ள இழுத்துருக்காரு. இவா மெரண்டு போயி தப்புச்சோம் பொழைச்சோமுன்னு ஓடியாந்துருக்கா.

ஊருக்குள்ள வந்து அவா ஒட்ட பிள்ளைககிட்ட சொல்லவும், "மரியம்மா, இத வெளிய சொல்லாம இருக்குறதுதான் ஒனக்கு நல்லது. நடந்தத சொல்லப் போனா ஒனியத்தான் அவுசாரி சாட்டுவாக. பேசாம வா. போயி நீ உட்டுட்டு வந்த வெறகுக் கெட்ட தூக்கியாந்துருவோம். இனிமே ஒத்த சத்தைல வெறகுக் கெட்ட தூக்கியாராத. அந்தப் பிஞ்சைக்காரங் கொழுத்த துட்டுக்காரன். மேகலக்குடி வேற. அவுகள நம்ம எதுக்க முடியுமா? அவுக பேச்சு எடுபடுமா நம்ம பேச்சு எடுபடுமா?" சொல்லிட்டு ஆளும்பேருமாப் போயி வெறகுக் கெட்ட தூக்கியாந்து வித்துட்டு வீட்டுக்கு வந்துட்டாளுக.

இதுக்குள்ள நம்ம பேரு வெளிப்பட்டுருமோன்னு நெனச்சு, கொமாரசாமி ஐயா ஊருக்குள்ள வந்து நாட்டாமகிட்ட பொகாரு குடுத்துட்டுப் போயிட்டாரு.

"வெறகு வெட்டிக்குப் போற ஒங்க தெரு பிள்ளைக நடந்துக்குற மொற சரியில்ல. அங்குட்டு காடுகரப் பக்கமா வந்து ஒதுங்குதுங்க. நானும் நெடுநாளாப் பாத்துட்டு, இன்னைக்குத்தான் சொல்றேன். இன்னைக்குக்கூடப் பாருங்க அந்தப் பெய சமுத்திரக் கனியோட மகா மரியம்மாவும், அந்த மூக்காயி பேரன் மாணிக்கமும் ரொம்ப அசிங்கமா நடந்தத ஏங்கண்ணால பாத்தேன். நாம் பாக்கப்போயி சரியாப் போச்சு, ஒங்கவிட்டு வந்து சொல்றேன். வேற யாரு கண்ணுலயாவது ஆப்பிட்டுருந்தா அம்புட்டுத்தான். அங்னகுள்ளயே ஆலமரத்துல ரெண்டு பேரையும் கையுங்களவுமா புடுச்சு கெட்டி வச்சிட்டுத்தான் ஒங்களுக்குத் தகவல் குடுப்பாக."

மரியம்மாளுக்குப் பெறகு மாணிக்கம் பெய வெறகு கொண்டு வாரத பாத்த சம்சாரி நாட்டாமகிட்ட ஒன்னுக்கு ரெண்டா பத்தவச்சு தாம் பேரக் காப்பாத்திக்கிட்டாரு.

"நாங்க இன்னைக்கு ரவைக்கே ஊர்க்கூட்டம் போட்டு வெசாரிக்கோம் ஐயா." மொதலாளிக்கிட்ட சொன்ன நாட்டாம, சொன்னது கெணக்கா தண்டராபோட்டு ராத்திரி ஊர்க்கூட்டத்தக் கூட்டிட்டாரு.

ஊர்ச்சாவடிக்கு முன்னால ஆம்பளைக பூராங் கூடி ஒக்காந்துட்டாக. பொம்பளைக அங்னங்ன சுத்தி நின்னு வேடிக்க பாத்தாளுக.

மரியம்மாளையும் மாணிக்கத்தையும் கூட்டிட்டு வரச்சொல்லி நாட்டாம ஆளனுப்புனாரு. சின்ன நாட்டாம, பெரிய நாட்டாம, ஊர்ல பெரிய ஆம்பளைக, எளவட்டங்க, சின்னப் பெயல்க கூட ஒக்காந்திருந்தானுக.

"எல்லாரும் அமேதியா இருக்கனும். இது நம்ம சாதி மானமே போற கேசு. பலசாதி மக்க இருக்குற ஊர்ல நம்ம சாதில இருந்து இப்பிடி நடந்துக்கிட்டது பெரிய கேவலம். ஏற்கனவே பறையம்னா எல்லாருக்கும் ஒரு எளக்காரந்தான். அதுல இப்பிடி வேற. சின்ன நாட்டாம எல்லாத்தையும் வெளக்கமாச் சொல்வாரு. அவுக ரெண்டு பேரையும் இப்பிடி முன்னுக்கு வரச் சொல்லுங்க." சொல்லிட்டு சின்ன நாட்டாம செல்லக்கண்ணப் பாத்தாரு பெரிய நாட்டாம சீனியப்பன்.

பெரிய நாட்டாம பேசவும் கூட்டத்துல கப்சிப்னு அமைதி. பொம்பளைகளும் அழுகுற பிள்ளைகள அடக்கி அமத்திக்கிட்டு என்னமோ ஏதோன்னு பாத்துக்கிட்டு நின்னாளுக. மரியம்மாளும், மாணிக்கமும் கூட்டத்துக்கு நடுவுல வந்து நின்னு நெடுஞ்சாங் கெடையா உழுந்து வணங்கிட்டு ஆளுக்கொரு பக்கமா போயி கைகெட்டி நின்னாக.

சின்ன நாட்டாம செல்லக்கண்ணுப் பேசத் தொடங்குனாரு. இதுக்குள்ள பொம்பளைக பக்கத்துல இருந்து சலசலப்பு வந்துச்சு. ஒவ்வொருத்தியும் எதுக்காக இந்தக் கூட்டமுன்னு தனக்கு தெருஞ்சத மூக்குமுழி வச்சு மத்தவளுக்குச் சொல்லிக்கிட்டிருந்தா. ஒடனே ரெண்டு எளவட்டப் பெயல்க எந்துருச்சு வந்து, "ஒங்களுக்கு அறிவிருக்கா. ஆம்பளைக பேசுற எடத்துல வந்து என்னத்த ஊம்புறீக. அம்புட்டுப் பேரும் வீட்டப்பாத்து ஓடிப்போ" ரெண்டு கெட்டவாத்தயும் போட்டு வஞ்சு பொம்பளைகள வெரட்டுனானுக. அவளுகளும் கொஞ்ச தூரம் ஓடுற மாறி ஓடிட்டு பெறகு கொஞ்ச நேரத்துல மறுவடியும் சுத்திவந்து நின்னு வேடிக்க பாத்தாளுக.

"இன்னைக்குச் சாயந்திரம் நானும், இன்னும் ரெண்டு மூனுபேரும் மாங்கமண்டச் செட்டியாரு கடையில மாட்டுக்குப் புண்ணாக்கு வாங்கிக்கிட்டு பேசிக்கிட்டு இருந்தோம். கோடிவீட்டு மொதலாளி எனிய கூப்ட்டு, எனியயும் பெரிய நாட்டாமயயும் பாத்துப் பேசனும்னாரு. நானு அந்தாக்குல பெரிய நாட்டாமய ஆள உட்டு கூப்ட்டு வந்தேன்." சொல்லிட்டு சின்ன நாட்டாம அமைதியா கூட்டத்தப் பாத்தாரு. பெறகு தோள்ல கெடந்த துண்ட எடுத்து மூஞ்சியத் தொடச்சுட்டு மறுவடியும் துண்ட தோள்ல போட்டுட்டு, "இன்னைக்கு மலங்காட்டுக்கு வெறகு பெறக்கப்போன சமுத்திரக்கனியோட மகா மரியம்மாளும், கீழத்தெரு செல்லையா மகன், அதான் மூக்காயி பேரன் மாணிக்கமும்

வெறகுக்கட்ட ஆலமரத்துல ஊனிட்டு பக்கத்துல இருந்த கொமாரசாமி மொதலாளியோட பம்பு செட்ல போயி ஒதுங்கியிருக்காக. அன்னியாரம் பாத்து மொதலாளி அங்ன ஒரு சோலியா வந்தவரு பாத்துட்டாரு. மொதலாளியக் கண்டதும் கத்துச்சாங் கழுத எடுத்துச்சாம் ஓட்டம்னு ஓடியாந்துட்டாகளாம். கண்ணாரப் பாத்த ஐயாவே எங்ககிட்ட நேர்ல வந்து ஒப்புச்சுட்டுப் போறாரு. வேறொருத்தர்னா நடந்திருக்கதே வேற" சின்ன நாட்டாம சொல்லி முடிக்கவும் கூட்டத்துல ஒருத்தருக் கொருத்தர் குசுகுசுன்னு பேசிக்கிட்டாக.

ஒங்களுக்குள்ளயே பேசிக்கிட்டா எப்பிடி. மேக்கொண்டு என்ன செய்யலாம்னு சொல்லுங்க" பெரிய நாட்டாம சொன்னாரு.

"அவுக ரெண்டு பேரும் இந்த நிக்காகள்ள. அவுககிட்டயே வெசாரிப்போம்." கூட்டத்துல இருந்த கருப்பையா சொல்லவும்.

"வெசாரிக்கிறது என்ன வெசாரிக்கிறது. அதான் மொதலாளியே நேர்ல பாத்துட்டு வந்துதான சொன்னாரு. என்ன தெண்டம் போடலாம்னு சொல்லுங்க" கோவத்தோட சத்தமாச் சொன்னாரு மலையாண்டி.

ஒடனே கூட்டத்துல இருந்து நாலஞ்சு பேரு, "அதெப்படி, மொதலாளி சொல்லிட்டாப்ல ஆச்சா. இவுககிட்டயும் நாலு வாத்த கேட்டாத்தான் என்ன நடந்துச்சுன்னு தெரியும்" மொத்தமா கத்தவும்,

"சரி, சரி கூப்பாடு போடாதீக, இவுககிட்டயே கேட்ரலாம்" பெரிய நாட்டாம சொல்லிக் கூட்டத்த அடக்கிட்டு, "ஏலே மாணிக்கம் நீ என்னலே சொல்ற?" ரொம்ப அதட்டலா கேட்டாரு.

மாணிக்கம் கைகட்டி அடக்கமா நின்னுக்கிட்டு சொன்னான். "மொதலாளி சொன்னமாறி எதுவுமே நடக்கல. அந்தப்புள்ள எனக்கு முன்னாடியே வெறகுக் கெட்ட தூக்கியாந்துருச்சு. அங்ன மலங்காட்ல சும்மா டமாஸா பேசிக்கிட்டோம். அதுவும் எல்லாரும் இருக்கையிலதான். அவா எங்கத்த மகான்னுதான் அப்பிடி கிண்டலடுச்சேன். வெறகுக் கெட்டத் தூக்கிட்டு வரும்போது நானு அவள எடவழில கூட எங்னயும் பாக்கல."

'ஏத்தா மரியம்மா, நீ என்ன சொல்ற?'

"அந்த மச்சான் சொல்றது நெசந்தாங்க. நாலு பேரொட வெறகு பெறக்கையில சும்மா கேலிக்கு ரெண்டு வாத்த சொன்னாக. நானு முன்னாலியே வந்துட்டேன். அவுக எப்ப வந்தாகன்னுகூட எனக்குத் தெரியாது" இன்னங்கொஞ்சம் பேசுனா அழுதுரது மாதிரி மரியம்மா சொல்லி முடுச்சுட்டு சீலைய வச்சு மொகத்த தொடச்சிட்டு, தலைய கீழாம தொங்க உட்டபடி குனுஞ்சிட்டு இருந்தா.

"அப்ப மொதலாளி பாத்தது. சொன்னதெல்லாம் பொய்யா? மரியாதயா ஒத்துக்கிட்டு மன்னிப்புக் கேட்டா ஆச்சு. இல்லன்னா தெண்டம்போட வேண்டியதுதான்" பெரிய நாட்டாம ஓங்கிச் சொன்னாரு. பொம்பளைக கூட்டத்துல இருந்த காளியம்மா, "அந்தக்கா மரியம்மா எல்லாருக்கும் மின்னாடியே வெறகுக்கெட்ட தூக்கியாந்துட்டா. எனக்கு வெறகுக் கெட்டத் தூக்கி உட்டுட்டு ஏம்பின்னாலதான் மச்சா மாணிக்கம் வந்தாக. எடையில எங்குட்டு கூடி இப்பிடி நடக்க முடியும். அநியாயம் இது. இந்த மொதலாளிக்கு எதுக்கு இம்புட்டு ராங்கி. வந்து புழுகிட்டு போயிருக்றாரு." தனக்குத் தானே மொணங்கிக்கிட்டு இருக்கும்போதே ஆம்பளைகள்ள நாலஞ்சு பேரு எந்துருச்சு, "இந்தப் பொட்டக் கழுதைகளெல்லாம் இப்ப எடத்த காலி பண்ணிட்டு போறீகளா மிதி வேணுமா. வெரட்ட வெரட்ட வந்து நின்னுக்கிட்டு மணியம் பண்ராளுக" சைட்டு மேனிக்கக் கத்தவும் பொம்பளைக அடங்கிப் போனாளுக.

சின்ன நாட்டாம மரியம்மா அவுகய்யன் சமுத்திரக்கனியக் கூப்பிட்டு, "இந்தா பாருப்பா சமுத்திரம், ஓம்மகள கால்ல உழுந்து மன்னிப்புக் கேக்கச் சொல்லு. ஊரு மன்னிச்சிட்டு பத்தோ, இருவதோ தெண்டம் போட்டு வழக்க முடிச்சுப் போடுவோம். இல்லன்னா பெருந்தொகையா தெண்டங்கெட்ட ஒனக்கு முடியுமா? சொல்லு."

சின்ன நாட்டாம சொன்னதக் கேட்ட சமுத்திரக்கனி மகாகிட்டத்துல போயி, "என்னத்தா, சொன்னது கேட்டுச்சுல்ல. கல்லுக்கெணக்கா எதுக்கு நிக்க? மன்னிப்புக் கேளு நாயே, ஒனியால நாம்பட்ட கேவலம் போதும்" சொல்லிட்டு மரியம்மாள கோவத்தோட பாத்தான்.

"நானு அப்பிடியெல்லாஞ் செய்யலய்யா. மொதலாளி தான் எடயில எங்கிட்ட தப்பா நடக்க மொயற்சி பன்னாரு. நானு தப்பிச்சு ஓடியாந்துட்டேன்" சொல்லிட்டுச் சத்தமா அழுதா.

ஒடனே கூட்டத்துல இருந்த ஆம்பளைகள்ள செலபேரு, "பாத்தியா, கண்டாரத்தகொள்ளு மகா, தாந் தப்பிக்கனும்னு படார்னு மொதலாளி மேல தூக்கிப் போடுறத. இவாள்ளாம் முழுச்சுக்கிட்டு இருக்கைலயே முழியத் தோண்டிருவா." இப்பிடி கத்திட்டு நாட்டாமயிட்ட, "இவள வெசாருச்சு பெரயோசனமில்ல மாமா. தெண்டம் எம்புட்டுன்னு தீர்மானும் பண்ணுங்க. அப்பத்தான் நாளபின்ன எவளும் இப்பிடி அவுசாரித்தனஞ் செய்ய மாட்டாளுக." இப்பிடிச் சொல்லவும் பாதிப்பேருக்கு மேல இதுக்கு ஒத்துக்கிட்டாக.

இதுக்குமேல யாரும் சத்தம் போட்டுப் பேசல. பொம்பளைக பக்கத்துலருந்து கொஞ்சப் பேரு மொணங்கிக்கிட்டே இருந்தாக.

“அந்த மொதலாளிதான் மரியம்மாளக் கெடுக்கப் பாத்துருக்கான். இவா பயந்து போயி மாட்டமுன்னுட்டு ஓடியரவும் தேவிடியாப் பெய ஊருக்குள்ள வந்து வேற மாதிரி சொல்லிட்டுப் போயிட்டான். மசங்கவும் நானுந்தான் கூடப் போயி அவா உட்டுட்டு வந்த வெறகுக் கெட்ட தூக்கியாந்தோம்.” அனந்தம்மா இப்பிடிச் சொல்லவும்,

“இவனுககிட்ட என்னத்தப் பேச முடியுது. தெருஞ்ச நாயத்தக்கூட இவனுககிட்ட சொல்ல வழி இல்ல. ஊர்க்கூட்டத்துல நம்மள ஒக்கார உடமாட்டானுக. ஓரமா இங்ன ஒதுங்கி நிக்கக்கூட உடமாட்டேங்கானுக. இவனுக வீரத்த நம்மகிட்டத்தான் காட்டுவானுக. போயி அந்த மொதலாளிமார்ட்ட காட்டச் சொல்லுப் பாக்கேன். வாயையும் சூத்தையும் பொத்திக்கிட்டு அலைவானுக அங்க” அந்த மதினி சூசையம்மா சொல்லிட்டு வெசனப்பட்டா.

இதக் கேட்டுக்கிட்டுருந்த முத்தம்மா சொன்னா, “ஒனக்கு அனேகந் தெரியும். இவுகப்பனே வப்பாட்டி வச்சுக்கிட்டு அலைரான். இவா மட்டும் என்ன லண்டியாத்தான் இருப்பா. போன வாரம் எள்ளுக்கள எடுக்கைல ஏங்கிட்ட அப்பிடி மல்லுக்கு நிக்கா. இவா செஞ்சுருப்பா.”

“அவுகய்யன் வப்பாட்டி வச்சுருக்கது ஊரறுஞ்ச வெசயம். நேத்துப் பெறந்த பிள்ளைக்குக் கூடத் தெரியும். அத எவனாவது ஊர்க் கூட்டத்துக்குக் கொண்டாந்து வெசாரிக்கானா. சொல்லப்போனா, அவெ ஆம்பள, சகதி கண்ட லெக்குல மிதிப்பான், தண்ணி கண்ட லெக்குல கழுவுவான்னு சொல்றானுக. ஆம்பளைக்குன்னா ஒரு நாயம், பொம்பளைக்குன்னா ஒரு நாயம்,” இப்பிடி அவளுகளுக்குள்ளயே வாக்குவாதஞ் செஞ்சுக்கிட்டு இருந்தாளுக. அன்னியாரம் ஆம்பளைகள்ள கொஞ்சப் பேரு வந்து பொம்பளைகளப் பூரா வஞ்சு தோள்ல போட்ருந்த துண்ட வச்சு அடுச்சு வெரட்டி உட்டானுக.

மரியம்மா அவுகய்யன், “இப்பிடிக் குத்துக்கல்லு மாதிரி நின்னு என்ன பெரயோசனம். இந்தப் புத்தி மொதல்ல இருந்துருக்கனும். சட்டுன்னு உழுந்து மன்னிப்புக் கேளு” சொல்லிட்டு கிட்டத்துலயே நின்னான்.

மரியம்மா ஒணர்ச்சியெல்லாம் செத்துப் போனவ மாதிரி நின்னுக்கிட்டே இருந்தா. ஒன்னும் பேசல.

அவுங்கய்யனுக்கு கோவம் வந்து பளார் பளார் பளார்னு அறஞ்சு போட்டான். அப்பயும் மரியம்மா வெறுமுத்தி புடுச்சுப் போயி நின்னுக் கிட்டு அழுதா. ஒன்னுஞ்சொல்லல.

“மொளைக்காமுட்டு பொம்பள, எத்தன தடவ சொல்லியும் எப்பிடி நிக்கான்னு பாரு.”

“செய்யுரதயுஞ் செஞ்சுபோட்டு, இம்புட்டு ஆம்பளைக சொல்லியும் நிக்கரதப் பாரு. ஒரு மருவாத வேண்டாம்.”

இதுக்கெடையில ஒருத்தி, “இந்தப்புள்ளையப் போட்டு இந்தப்பாடு படுத்துரான்களே. அந்தப்பய்யன் மாணிக்கத்த அடிக்கானுகளான்னு பாரு. சரி. அந்த மொதலாளி எதுவும் தப்புத் தண்டரா செஞ்சாரான்னு கேப்பமுன்னு ஒரு பெயலுக்கும் புத்தி வரமாட்டேங்கே” சொல்லி முடிக்க முன்னாலேயே பக்கத்துல நின்ன சின்னத்தாயி, “நல்லா இருக்கு ஓங்கத. மேச்சாதிக்காரங்கிட்ட இவனுக போயி கேக்க, அவந்துட்டுக் காரன், பறப்பெயலுகளுக்கு இம்புட்டுத் திமிரான்னு அவனுக சண்டைக்கு வர, நம்மளால தாக்குப் புடிக்க முடியுமா? அவனே தப்புச் செஞ்சிருந்தாலும் கமுக்கமா வச்சுட்டு இவுகளுக்கு அம்பதோ நூறோ தெண்டத்தப் போட்டு முடிக்கறத உட்டுட்டு நீ ஊருக்குள்ள கலகத்த உண்டாக்குவ பொருக்கோ. முன்னால அப்பிடித்தான் சுடுகாட்டுச் சண்டையில மேச்சாதிக்காரனுக போலீசுகாரனுகள உட்டு நம்மள அடுச்சு நொறுக்குனது நெனப்புல இருக்கா” சொல்லி முடிக்கவும் “அதுவுஞ் சரித்தான். நாலையும் யோசிச்சுத்தான் செய்யனும். நம்ப ஆம்பளைக அதெல்லாம் தெரியாமலா செய்வாக” சீனியம்மா சொல்லி முடுச்சா. நாட்டாம பேசத் தொடங்குனாரு.

ஒடனே பாலுக்குடுச்சுட்டு அழுத பச்சப் புள்ளய அரட்டி, “சும்மா இரு பெயமகளே, கூட்டத்துல பேசுரத கேக்கட்டும்” சொல்லிட்டு “எனக்கு வெவரந்தெரிய இப்பிடி அவுசாரி கேசு இப்பத்தான் ஊருக் கூட்டத்துக்குன்னு வந்துருக்கு. காடு கரைகள்ள சம்சாரி மாருக எம்புட்டெம்புட்டோ அக்ரமம் செய்றாக. அதெல்லாம் நாம நாயங் கேட்டு பேசமுடியுமா. நாளப்பின்ன வேலவெட்டிக்கு அவுககிட்டதான போகனும்.” நின்னுக்கிட்டே பிள்ளய அமத்துனா சவரியம்மா.

மரியம்மாள மறுவடியும் அவுகய்யன் அடிக்க வர பயந்து போயி கால்ல உழுந்து மன்னிப்புக் கேட்டா. மாணிக்கத்த யாரும் கால்ல உழச் சொல்லல. பெறகு மரியம்மாளுக்கு எரனூறு ரூவாயும், மாணிக்கத்துக்கு நூறு ரூவாயும் தெண்டம் போட்டாக.

“பொட்டச்சிதான் அடங்கி ஒடுங்கி இருந்துருக்கனும். ஆம்பள ஆயிரஞ் செய்வான். இவாள்ள வகுத்துல வாய்ல வந்துரும்னு யோசிக்கனும்” நாட்டாம சொல்லி முடுச்சாரு.

மாணிக்கத்தோட அய்யா அம்பது ரூவாயக் கெட்டிட்டு மீதி அம்பது ரூவாய்க்கு ஒரு பித்தாளக் குத்துச்சட்டிய கொண்டாந்து

வச்சாரு. மீதி ரூவாய குடுத்துட்டு குத்துச் சட்டிய வாங்கிட்டுப் போகலாம். கைவசம் ரூவா இல்லைனா இப்பிடித்தாஞ் செய்வாக.

மரியம்மா பாவம் இப்பத்தான் கெணத்து வேலைல கீழ உழுந்து பிட்டாணி போயி ஆசுபத்திரில இருந்துவந்துருக்கா. கைல காத்துட்டு இல்ல. அவுகய்யன் எளய மகா அன்னம்மாட்ட சொல்லி வீட்ல இருந்த சருவப்பான, கொடம் ரெண்டயும் தூக்கியாரச் சொன்னான். அது ரெண்டயும் நாட்டாமகிட்ட குடுத்தான்.

பெறகு எல்லாம் வீடுகளுக்குக் கலஞ்சு போனாக. போம்போதே நடுத்தெரு ஆரோக்கியம் சொன்னா, "இப்பிடி அநியாயத் தெண்டம் வாங்குரானுகளே. போனவாரத்துல ஓம்பேத்தியா பரலோகம் மாட்டுக்குப் புல்லுக்குப் போனவள புல்லுக் கெட்டத் தூக்கி உடுறமுன்னுட்டு வந்து தூக்கி உட்டுட்டு அப்பிடியே மொல ரெண்டையும் புடுச்சு கசக்கி இருக்கான் அந்தக் காட்டுக்காரப் பெய. மொதலாளியோட மகனாம். படுச்சவனாம். அந்தப்பிள்ள ஏங்கிட்டச் சொல்லிக்கிட்டு அழுதுச்சு. ஆனா அத வெளிய சொல்லியிருந்தம்னு வச்சுக்கோ. ஓம்பேத்தியா தான் அவுசாரின்னுட்டு தெண்டம் போடுவானுக. ஆம்பள என்ன செஞ்சாலும் அது பொம்பளைக மேலதான் வந்து விடியும்."

எங்க பாட்டிக்கு ஒரே கோவம். பொழுதெனிக்கும் மரியம்மாட்ட, "அந்தப்பெய ஒனிய ரூமுக்கு இழுத்துட்டுப் போம்போதே அவெஞ் சாமானத்துல பாத்து நாலு மிதி மிதுச்சுருக்கக் கூடாது? அநியாயமா கூட்டத்துக்குப் போயி அவப்பேரு வாங்கி தெண்டமுங் கெட்டியாச்சு. இனி எப்ப ரூவா சேத்து அந்தப் பானையுங் கொடத்தையும் திருப்புரது. சரி, உட்டுத்தள்ளு. பானைல சோறு இருந்தா பறையங் கண்ணு தூங்காதுங்ற கணக்குல ஒங்கய்யனுக்கு அந்த பானையுங் கொடமுந்தான உறுத்திக் கிட்டு இருந்துச்சு. எப்படா அத வித்துட்டுப் போயி சாராயக்கட மாரியப்பங் கைல குடுப்போம்னு அலஞ்சான். இப்ப என்ன செய்வான். சரி போயி படுத்து ஒறங்குத்தா"ன்னுட்டு பாட்டி போயிட்டா.

அன்னைக்கு ராத்திரிப்பூரா மரியம்மாளுக்கு ஒறக்கமே வல்ல. இந்தானிக்கக் கவுரப் போட்டுத் தூக்குல தொங்கிட்டாக்கூட நல்லதுன்னு நெனச்சா. ஒக்காந்து அழுதுக்கிட்டே இருந்தா. அவா தங்கச்சி அன்னம்மா "அழுகாதக்கா. பேசாம படுத்து ஒறங்கு"ன்னு ஆறுதல் சொன்னா. கடேசித் தங்கச்சி செயக்கொடியா ஒறக்கத்துல எந்துருச்சு அழுகவும் அவளத்தட்டி தூங்கவச்சிட்டு, மரியம்மா படுத்தா. படுத்துக்கிட்டே அழுதா.

3

மரியம்மா ஊர்க்கூட்டத்துல நின்னு கேவலப்பட்டத என்னால மறக்கவே முடியல. அவள நெனைக்க நெனைக்க ரொம்பா பாவமா இருந்துச்சு. ஒரு திக்கம் பாவமா இருந்தாலும் இன்னொரு திக்கம் ரொம்பக் கோவமாவும் வந்துச்சு. அன்னைக்கு மட்டும் அவாகூட வெறகுக்குப் போன பொம்பளைகள ஊர்க்கூட்டத்துல பேச உட்டுருந்தா, நெசமும் பொய்யும் வெளிப்பட்டுப் போயிருக்குமே. எதுக்கு பொம்பளைகள இப்பிடி எல்லா எடத்துலயும் ஒதுக்கியே வைக்காகன்னு ஏம்மனசு கொடஞ்சுக்கிட்டே கெடக்குது.

பாட்டி பல லெக்குல பேறுகாலம் பாத்துக்கிட்டு, கொத்தச்சி வேல செய்றதுனால பெரிய மனுசிமாதித்தானே இருக்கா. அவா போயி கூட்டத்துல பேசி இருக்கலாமுல்ல. கொமரி குட்டச்சிகளத்தான் உடமாட்டாக. இப்பிடி எனக்குள்ளயே நெனச்சுக்கிட்டு எங்க பாட்டிக்கிட்ட, "ஏம்பாட்டி, நீ ஊர்ல பெரிய மனுசிதான; நீ போயி அன்னைக்கு ஊர்க்கூட்டத்துல உண்மைய சொல்லி இருக்கலாமுல்ல" நானு இப்பிடி கேக்கவும், இரும்பு ஒரலுக்குள்ள வெத்தலய திணுச்சு ஒலக்கையிட்ட இடுச்சுக்கிட்டே பாட்டி சொன்னா, "நீ வெளாட்டுப் பிள்ள வாக்குல பேசுற. பெரிய மனுசியாவது சின்ன மனுசியாவது. பொட்டச்சியா பெறந்தன்னைக்கு நம்ம நாலு ஆம்பளைக கூடுற லெக்குல போயி நிக்க முடியுமா? நிக்கலாமா அப்பிடி? நாங் கொமரியா இருக்கையில கூட்டமுன்னு ஊர் சாட்டுனா, நாங்கள்ளாம் கஞ்சி தண்ணியக் குடுச்சுட்டு வீட்டுகள்ளதான் இருப்போம். இப்பப் பாரு, கொமரி குட்டச்சியெல்லாம் போயி வேடிக்க பாக்காளுக. அதான வெரட்டுப்பட்டு ஓடுனாளுக. நமக்கென்ன நாயந் தெரியும். ஆம்பளைக பாத்து சொல்றதுதான் சரின்னு ஒங்க பாட்டம் பூட்டங் காலத்துல ருந்தே இருக்கு. நீ என்னமோ நாலெழுத்து படிச்சுட்டாப்ல எல்லாம் மாறுமுன்னு கெனாக் கண்டுக்கிட்டு கெடக்காத."

"அப்ப ஆம்பளைக என்ன சொன்னாலும் சரியாப் போயிருமா பாட்டி. பொம்பளைக என்ன சொன்னாலும் தப்புத்தானாக்கும்?" மனசு கெடந்து அரிக்கவும் இப்பிடி கேட்டேன்.

"சரின்னாலும், தப்புன்னாலும் பொம்பளைக வாயத் தொறந்து பேசக்கூடாது. ஒனக்குச் சரின்னு பட்டதச் சொல்லிப்பாரு. ஒதையும் அடியும் மிதியுந்தான் கெடைக்கும். இங்க மட்டுமில்ல. ஒலகம் பூராம்

இப்பிடித்தான். பொம்பளைக்குன்னு ஒரு அந்தஸ்து கெடையாது." சொல்லி முடிச்சுட்டு இடுச்ச வெத்தலய வளூச்சு எடுத்து வாயுல போட்டு மக்கு மக்குன்னு ரெண்டு தடவ மென்னுட்டு ஒதப்பிக்கிட்டா.

"ஒலகம்பூராம் போயி பாத்துட்டு வந்தமாதிரி சொல்றா பாரு," இப்பிடி மனசுக்குள்ள நெனச்சாலும் பாட்டிகிட்ட சொல்லல. அவா வாயில போட்ட வெத்தலயில கொஞ்சம் நா வாங்கி மென்னுகிட்டே, "எங்கள எப்பப்பாத்தாலும் நீங்க தான மட்டந்தட்டியே வக்கீக. சின்னப் பிள்ளைல இருந்தே பெயல்கனா ஒருமாதிரி, பொட்டச்சின்னா ஒருமாதிரித் தான நடத்துறீக. இப்பிடி ஒரு கண்ணுல வெண்ணெயும் இன்னொரு கண்ணுல சுண்ணாம்பையும் வக்கிரதே நீங்கதான," நானு இப்பிடிச் சொல்லவும் பாட்டி ரொம்ப வெரசா வெத்தல எச்சிய துப்பிட்டு கேட்டா. "அட பாதகத்தி மகளே, என்னமெல்லாங் கேக்கான்னு பாரு. ஒனக்கென்ன வகுத்துக்குக் கஞ்சி தண்ணி ஊத்தாம பட்டினியாவா போட்டாக. இப்பிடி கேக்க?"

"கஞ்சி தண்ணிக்குச் சொல்லல, பெயல்கமாதிரி நாங்க இருக்க முடியுதா? நாங்க சத்தமா பேசக்கூடாது, சிரிக்கக்கூடாது; ஒறங்கைல கூட மல்லாந்து படுக்கக்கூடாது, குப்புறப்படுக்கக் கூடாது, குனுஞ்சதல நிமுராம காலு பெருவெரலப் பாத்துக்கிட்டேதான் நடக்கணும் இப்பிடி கண்டத களியதச் சொல்லி கட்டுப்படுத்துறீக. வகுறு பசுச்சாகூட நம்ம மொதல்ல சாப்பிடக்கூடாது. வீடல ஆம்பளைக சாப்பிட்டுப் போனப் பெறகுதான் பொம்பளைக சாப்டனும். என்ன பாட்டி நாம என்ன மனுசங்க இல்லியா?"

"இன்னைக்கு நேத்தைக்கா இப்பிடி இருக்குன்னு நெனைக்க. பொஸ்தகத்துல கூட இதெல்லாம் போட்டுருக்காமுல்ல. நீ படிக்கல?" பாட்டி ஏங்கிட்டயே திருப்பிக் கேட்டா.

"என்ன போட்டுருக்கு? நீ என்னமோ. படுச்ச மாதிரி சொல்ற."

"எனியத்தான் படிக்க வைக்க நாதியில்லியே. அந்தக் காலத்துல பொம்பளைக அவ்வளவா பள்ளிக்கொடம் போமாட்டாளுக. ஒங்கம்மய படிக்க வைக்கனும்னு அப்ப வந்த வெள்ளக்காரத் தாயாருக அம்புட்டு மொயற்சி பண்ணுனாக. நோட்டு பொஸ்தகமெல்லாம் ஓசில தந்து, மதியம் கஞ்சியும் ஊத்தி படிக்கவச்சாக. பெயமகா அஞ்சாங் கெளாசுக்கு மேல போமாட்டேன்னுட்டா."

"சரி புஸ்தகத்துல என்னமோ போட்டுருக்குன்னு சொன்ன," நானு ஞாபகப்படுத்தவும்,

“ஆமா, அதான் யாரோ திருவள்ளுவரு பொண்டாட்டியாமுல்ல, புருசனக் சாப்பிட வச்சுட்டு பக்கத்துல இருந்து கீழ உளுகுற சோத்துப் பருக்கைய ஊசில குத்தி எடுத்து கழுவுமாமுல்ல. ரொம்ப நொர நாட்டியம் புடுச்ச அம்மாவா இருக்கும் பொருக்கோ. அதக் கையிட்ட எடுத்துப் போட்டா என்னவாம். அப்ப இருந்தே ஆம்பளைக சாப்டப் பெறகுதான் பொம்பளைக சாப்டுருக்காக.”

“சரி, இத மாத்தி, பொம்பளைக மொதல்ல சாப்டா என்ன தப்பு?”

“என்ன தப்பா? சாப்டா அவா மேலத்தெரு அனந்தம்மா அடிபட்டுக் கெடந்த மாதிரி கெடக்க வேண்டியதுதான். இந்தப் பிள்ளக்காடுக ஒருபாட்டு படிச்சுட்டுத் திரியுதுகளே கேட்டீயா?

நண்டே நண்டே சிறு சிங்கார நண்டே,
நா நட்ட வயலெல்லாம் தொளச்ச நண்டே,
காலுவேறு கப்புவேற பிச்சுல போட்டேன்.
ஒண்ணாங் கொதிப்புல எறக்கில வச்சேன்.
வருவா வருவாமுன்னு வச்சுல பாத்தேன்,
வார சமயம் பாத்து தின்னுல போட்டேன்.
ஆனச்சட்டி நக்கிப்பெய அடிக்கவுல வாரான்,
குண்டுச்சட்டி நக்கிப்பெய கொல்லவுல வாரான்,
எனிய அடுச்சான், பிள்ளைய அடுச்சான்,
வகுத்து குட்டிய நொறுங்க அடுச்சான்.
காலு மிஞ்சி களர அடுச்சான்.
கைவளையல் நொறுங்க அடுச்சான்.”

“வகுத்துப்பிள்ளக்காரின்னு கூட பாக்காமெ அப்பிடி அடுச்சானாம் புருசங்காரன். வயக்காட்ல நண்டு புடுச்சாந்து கொழம்பு வச்சுட்டு, புருசஞ் சாப்பிடுறதுக்கு முன்னாடி சாப்டதுக்குத் தான் இம்புட்டு இம்ச. நீ ஒம்பாட்டுக்குப் பேசுற” பாட்டி சொல்லிட்டு எந்துருச்சுப் போயிட்டா.

பாட்டி சொல்றது நெசந்தான். பொம்பளைக கொஞ்சம் வேறமாதிரி எதார்த்தமா நடந்துட்டா எல்லாரும் வையத்தான் செய்றாக.

வெளாட்டுக்கு அம்மா அப்பான்னு வெளாடும் போதுகூட மண்ணுச் சோறாக்கி பெயல்களுக்குத்தான் மொதல்ல போட்டு வப்போம். “என்னடி சோறாக்கிருக்க உப்புமில்ல ஒன்னுமில்ல.” சொல்லிக்கிட்டு முடியப்புடுச்சு அடிப்பானுக. அப்பெல்லாம் அந்தப் பொய்யடிகள வாங்கிக் கிட்டு அதுதான் சொகமின்னு நெனச்சோம். அதுவோ இப்ப நெறய்யப் பேத்துக்குமெய்யடியாப் போயி வாழ்க்கையே நரகமாகிப் போச்சு.

பெறந்ததுல இருந்தே இப்பிடித்தான் இருக்கு. ஒருநா அப்பிடித்தான் நாங்கள்ளாம் தாயம் வெளாண்டுட்டு இருக்கோம். அப்ப கீழத்தெரு மூக்கம்மா வந்து சொல்றா " ஏ மதினி லூர்து, ஒனக்கு இத்தினியாச்சும் அறிவு இருக்கா, அங்க ஓம் மகன் தொட்டிச் சீலைல மோண்டுட்டு காகமா கத்திக்கிட்டு கெடக்கான். நீ இங்க தாயமா போட்டுக்கிட்டு இருக்க. பொட்டச் சிறுக்கின்னா கூட அழுகட்டும்னு உடலாம். ஆம்பளப் பயல இப்பிடி அழுகப் போட்டுட்டு வந்துருக்கியே."

மூக்கம்மா சொன்னதும் வெளாட்ட உட்டுட்டு ஓடுனா லூர்து. நானு அப்பயே கேட்டேன்.

"ஆம்பளப் பெயல்னா அழுக உடக்கூடாது, பொம்பளப் பிள்ளன்னா கத்த உடலாமாக்கும்."

"ஆமா, நாளப்பின்ன தவுச்ச வாய்க்கு அவந்தான தண்ணி ஊத்துவான். பொம்பளய வளத்து எவங்கைலயாவது புடுச்சுக் குடுக்கனும். அவளா நம்மள கவனிக்கப் போறா?"

இப்பிடி வெள்ளக்கண்ணு பெரியம்ம சொல்லவும் "இந்த காலத்துல பொட்டச்சியும் கவனிக்கமாட்டா. பெயல்களும் கவனிக்க மாட்டானுக. நம்ம ஒழச்சா நமக்கு கஞ்சி; இல்லன்னா இல்ல. நம்ம கைகாலு தெடமா இருக்கையிலயே கடவுள் நம்மள எடுத்துக்குரனும்" சப்பாணி சொல்லவும் எல்லாரும் எந்துருச்சு போயிட்டோம்.

காரு ஓட்டி வெளாடும்போது கயத்துல மொதல்லயுங் கடைசிலயும் பெயல்கதான் டிரைவரு, கண்டக்டரா இருந்துக்குட்டு பொம்பளப் பிள்ளைகள எடையில் உட்டுக்குட்டு அதட்டுவானுக. புருசம் பொண்டாட்டி வெளாட்டுலகூட அவனுகதான் போலீசு, கடமொதலாளி இப்பிடி இருந்துக்குட்டு அதிகாரம் பண்ணுவானுக.

வீட்டுகள்ள இப்பிடீன்னா கோயில்ல அதுக்கு மேலதான். நாங்க ஏழு, எட்டு படிக்கும்போது நானு, ஜெயாப்பிள்ள, நிருமலா, சந்துரா, சீனியம்மா இப்பிடி நாங்க எல்லாரும் எப்பிடியாச்சும் ஒரு தடவயாச்சும் கோயிலு சக்கிரிஸ்துக்குள்ள என்ன இருக்குன்னு போயி எட்டிப் பாத்துட்டு யாரு கண்ணுலயும் அம்புடாம ஓடியாந்தரனும்னு நெனப்போம். ஆனா ஒருநா ஒரு பொழுது அதுக்குள்ள போ முடியல. நேத்துப் பெறந்த இத்தினிக்கானு பெயகூட விருட்டு விருட்டுன்னு உள்ள போவானுக. ஒரு திக்கமா போயிட்டு மறுதிக்கமா வருவானுக. எங்கள உடவே மாட்டாக. அது என்ன எழவுக்கோ, பொம்பளைகன்னா எதுலயும் சேக்க மாட்டேங்காக.

ஊர்ல ஏதாவது திருநாளைக்கு நாடகங் கீட்கம் போட்டாகன்னா அதுல பொம்பளைகளச் சேக்கவே மாட்டாக. ஆம்பளைக பொம்பள

வேசம் போட்டு நடுச்சாலும் நடிப்பானுகளே தவுர பொம்பளைய நாடகத்துல எடுக்க மாட்டாக.

ஒரு தடவ அப்பிடித்தான் ஒரு நாடகம் போட்டாக. கூட்டம்னா கூட்டம் அப்பிடியொரு கூட்டம். நாடகந் தொடங்க முன்னாடி ஏழெட்டுப்பேரு மேடைல வந்து கண்டமானிக்கப் பேசிக்கிட்டே இருந்தாக. நாடகத்தப் பாக்கக் காத்துக்கெடந்த பொம்பளைகளுக்குன்னா சீன்னு போச்சு.

“மானாவாரிக்க இப்பிடி வந்து எல்லாப் பெயலும் பேசிக்கிட்டே இருந்தா நாடகத்த எப்பப் போடுறதாம். இவனுக நாடகத்த முடுச்சாத்தான மருதயில இருந்து கொண்டாந்த ரெக்கார்டு டான்சுகாரிகள ஆட உடமுடியும்” தெக்குத்தெரு சேசம்மா சொன்னா.

“நாடகத்துல சேசுபாலன் வாராராம் மதினி. அதுக்குச் செவப்பா இருக்குர பிள்ளையத் தேடிட்டு அலைராகளாம். அதான் இம்புட்டுத் தேரமாகுது” மோச்சமேரி பதிலுக்குச் சொன்னா.

“ஏம் மச்சா மகா பேத்தியா செவேர்னுதான இருக்கா. அவளக் கொண்டு போலாமுல்ல” கன்னிமரியா சொல்லி முடிக்கவும் “ஒனக்கு ஏதாச்சும் அறிவு கிறிவு இருக்கா? சேசுபாலனுக்குப் போயி பொம்பளப் பிள்ளய வைக்கச் சொல்றியே” மொழக்கி நீட்டுனா மேலத்தெரு பாக்கியம்.

“யே, இவா சொல்றதப்பாரு. என்ன சேசுபாலன முண்டக் கட்டையாவா வைக்கப்போறாக. சட்டயப் போட்டு மறச்சுட்டு, துண்டவச்சுத் தூக்கிக்கிட்டா பொம்பளன்னா தெரியப் போகுது. நல்லாச் சொன்னா பாதகத்தி” சிருச்சுக்கிட்டே அந்தக்கா அமலோற்பவம் சொல்லவும்,

“ஆமாண்டி, அதுவுஞ்சரித்தான். போயி சட்டுன்னு சொல்லிட்டுவா. நாடகத்தையாவது வெள்ளெனத் தொடங்குவானுக” பாக்கியம் சொல்லி முடிக்கவும் பக்கத்துல இருந்த அந்தோணியம்மா, “தேவ மாதாவா நடிக்குதுக்கு செவத்த தொலிஇருக்குற பெயல்களையாத் தேடிட்டு இருக்காக. நீ போறீயா பெரீம?” பாக்கியத்தப் பாத்து கேக்கவும், பாக்கியம், “ஒனக்கு எம்புட்டு ராங்கின்னா இப்பிடிக் கேப்ப? ஒங்கம்மயப் போச் சொல்லு தேவிடியா கொள்ளு. எம்புட்டு ரப்புல பேசுரான்னு பாரு” கோவமா பேசுனா.

“ஆம்பளப் பெயங் கெடைக்காட்டி செவப்பா இருக்குற பொம்பளைய மாதாவாப் போடலாமுல்ல. அந்த வாத்தியாரு மகா செவப்பாத்தான இருக்கா. அவளச் சோடிச்சு பிள்ளையுங் கைல குடுத்தா லூர்துமாதா கெணக்கா நல்லா இருப்பா” பாத்திமாப் பிள்ள சொன்னா.

“அப்பிடிச் சொல்லிப் பாத்துட்டாக. மாட்டோம்கானுங்க. இத்தனைக்கும் அஞ்சே நிமுசச் சீனுதானாம். அதுக்குக்கூட பொம்பளைய போடமாட்டேங்கானுக.” பொம்பளைக இப்பிடிப் பேசிக்கிட்டு இருக்கைல வடக்குத் தெருப்பெய தோமாசுன்னு ஒருத்தன மாதாவ சோடுச்சு பிள்ளையுங் கைல குடுத்து நாடகம் ஆரம்பிச்சாக. வேற வழி இல்லாம சேசுபாலனுக்குப் பொம்பளப் பிள்ளைய வச்சுக்கிட்டாக. மேடைல போட்ட லைட்டுக்கும் அதுக்கும், கூட்டத்தப் பாத்துட்டு சேசுபாலன் பொழுதெனிக்கும் அழுது கூப்பாடு போட்டுருச்சு. பெறகு ஒரு வழியா நாடகத்த தொயந்து நடுச்சாக.

எடையிலயே கரண்டு போச்சு. ஒடனே பாக்கியம் சத்தமா, “ஒருத்தன் மாத்தி ஒருத்தன் எசலிப்புல பேசுனான்க. அதான் அந்தச் சின்னையா வீட்டுக் கரண்டு காலியாப் போச்சு. இனி என்ன செய்வானுக. வேற யாரு வீட்லருந்தாச்சும் கரண்டு இழுக்கச் சொல்லுங்கத்தா” சொல்லிட்டு தலய வரட்டு வரட்டுன்னு சொருஞ்சுக்கிட்டு கொட்டாவி உட்டா. இதக்கேட்டு அம்புட்டுப் பேரும் சிரிச்சாக.

“அட எடுவட்ட பெயமக்கா. என்னத்துக்குச் சிரிப்பாணி அள்ளுது. சட்டுன்னு முடுச்சுட்டுப் படுக்க வேண்டாமா தேவடியாப் பெயமக்கா.”

“ஏ பாட்டி, ஒரு வீட்ல கரண்டு போனா எல்லா வீட்லயயும் போயிரும். இதென்ன சீமத்தண்ணியா, காலியாப் போறதுக்கு” சொல்லிட்டுச் சிருச்சா கொழந்தையம்மா.

“அது என்ன எழவோ நம்மளுக்கென்ன தெரியுது” சலுச்சுக்கிட்டா பாக்கியம்.

இந்தப் பாக்கியம் பதினேழு பிள்ளைகப் பெத்தவா. பதினோரு பிள்ளைக செத்துப் போச்சு. இப்ப இருக்குறது ஆறே மக்க. இவாதான் ஒரு நாளு கோயில்ல பூச நேரத்துல எல்லாரையுஞ் சிரிக்க வச்சா.

வழக்கமா, நாயித்துக் கெழமப் பூசைல பொம்பளைக காணிக்க கொண்டு போயி சாமியாருக்குக் குடுப்பாக. அந்தந்த சீசனுக்குத்தக்கன நெல்லு, சோளம், கேப்ப, பயறுபச்சைக, எள்ளு, மொச்சிக்கா இப்பிடி காடுகரைகள்ள கெடைக்கிற தானிய தவசத்த பொட்டில போட்டுத் தூக்கிட்டுப் போயி குடுத்துட்டு சாமியார்ட இருந்து ஆசிர்வாதம் வாங்கிட்டு வருவாளுக. இப்பிடிக் காணிக்க தூக்கிக்கிட்டு பொம்பளைக தான் போவாளுக. ஆம்பளைக பொட்டியத் தூக்கிட்டு கோயில் நடுவுல நடந்து போனத நானு பாத்ததே இல்ல.

அப்பிடித்தான் அன்னைக்கு பொம்பளைக வருசையா பொட்டிகளத் தூக்கிக்கிட்டு பக்திப் பரவசத்தோட தயங்கித் தயங்கி

நடந்து போனாளுக. இவா பாக்கியமும் கூடப் போனா. எல்லார் கைலயும் பொட்டி இருக்கு. பாக்கியத்துட்ட பொட்டி இல்ல. அதப் பாத்துட்டு யாரோ ஒருத்தி பின்னால இருந்து,

"இந்தக் கொள்ளு பாக்கியத்தப் பாரு. காணிக்கையுமில்லாம ஒன்னுமில்லாம ஆளோட ஆளா எந்துருச்சுப் போறதப் பாரு, வெக்கங் கெட்ட கழுத" சத்தமாச் சொல்லவும், பாக்கியம் திரும்பிப் பாத்து ஒரு மொற மொறச்சுட்டு வருசைல போனா. வருசைலருந்த யாருகிட்ட இருந்தோ கோழி ஒன்னு கத்திக்கிட்டே போகுது.

'எவளோ பாரு கோழியப் புடுச்சு பொட்டில போட்டு கொண்டாந்துருக்காளுக. இதெல்லாம் பவுருத்தனமில்ல. கோயிலுக் குள்ள போயி கோழியக் கத்த உட்டுக்கிட்டு" கீழத்தெரு மரிய பொசுப்பம் சொன்னா.

"அது எவாத்தா கோழியப் புடுச்சுட்டுப் போறது. சத்தம் மட்டும் கேக்குது. எவா வச்சுருக்கான்னு தெரியலியே."

"சாமியார்ட குடுக்கும்போது பாரு. எவா பொட்டிக்குள்ள கோழி தெரிதுன்னு பாரு." இப்பிடி அன்னைக்குக் காணிக்கப் பவனில பேச்சுஞ் சிரிப்புமா இருந்துச்சு.

ஒவ்வொருத்தரும் பொட்டியக் குடுத்துட்டு சாமியார குனுஞ்சு குனுஞ்சு வணங்கிட்டுப் போனாக. ஒருத்தி பொட்டிலயும் கோழி இல்ல. கடேசியா பாக்கியம் கிராதிக்கிட்ட வரவும் சேலைக்குள்ள மறச்சு வச்சுருந்த கோழிய எடுத்து சாமியார்ட்ட குடுத்தா. கோழின்னா றெக்கைய அடுச்சுக்கிட்டு, ஏழூர்க்குக் கேக்கும்படி கத்துது. கோயிலுக்குள்ள இருந்த அம்புட்டுச் சனமும் சிரிக்குது.

சாமியாருக்கு என்ன செய்றதுன்னு தெரியல. கோழிய வாங்குனவரு அது படபடன்னு றெக்கையப் போட்டு அடிக்கவும் உடுப்புல கிடுப்புல பேண்டு தள்ளிரும்னோ என்னமோ கோழியச் சரியாப் புடிக்காம உட்டுட்டாரு. கோழி கீழ உழுகவும் இன்னும் பெருசாச் சத்தம் போட்டுக்குட்டு கோயிலுக்குள்ள ஓடுது. பெறகு முன்னால ஒக்காந்திருந்த பெயல்க பத்துப் பேரு எந்துருச்சு ஓடி வளச்சு கோழியப் புடுச்சுக் கொண்டு போயி சாமியாரு பங்களாவுல கட்டிப் போட்டுட்டு வந்தானுக. கோயில்ல எல்லாருஞ் சிருச்சாலும் பாக்கியம் மட்டும் சிரிக்கல. அவளுக்கும் சிரிப்பு வாரமாரி இருக்கு. ஆனாலும் சிரிப்ப அடக்கிக்கிட்டு மறக்காம குனுஞ்சு வணங்கிட்டு அம்புட்டுச் சீரியஸ்ஸா நடுவுல நடந்து அவா எடத்துல போயி மொழங்காலு போட்டா. ஆம்பளைகளும் பூராஞ் சிருச்சிட்டு பெறகு கொஞ்ச

நேரத்துல, "கோயிலுக்குள்ள என்ன சிரிப்பு. மரியாத கெட்ட கழுதைக. ஒரு வெவஸ்த இருக்கா" சொல்லிக்கிட்டு பொம்பளைகள அதட்டுனாக.

இந்தப் பாக்கியம் இருக்காளே; இவா ஆடிக்கொரு தரம், அம்மாசைக்கு ஒரு தரம் கோயிலுக்கு வருவா. வந்தான்னா சாமியாரு நன்ம குடுத்துட்டு வரும்போது அவரு காலு, கை, உடுப்பு ஒன்ன உடாம தொட்டுத தொட்டு முத்தங் குடுப்பா. சாமியாரும் ரொம்பச் சந்தோசமாப் போவாரு. இவளப் போல ஏகப்பட்டப் பேரு இருக்காக.

திருநாச் சமயங்கல்ல ஊர்ல மைக்ல பாட்டுப் படிப்பாக. அப்பயுங் கூட ஆம்பளைகதான் தாளம் போட்டுக்கிட்டு பாட்டும் படிப்பானுக. பொம்பளைகள்ள எத்தனையோ பேரு அம்புட்டு அருமையாப் பாட்டுப் படிப்பாக. ஆனா இதுவரைல ஒரு பொம்பளையக் கூட பாட்டுப் படிக்க உட்டதுமில்ல, கூப்டதுமில்ல. நாஞ்சின்னப் பிள்ளையா இருக்கும் போது திருநாச்சமயத்துல ராத்திரி பொம்பளை களாப் பாட்டுப் படுச்சு கும்மி அடிப்பாளுக. இப்ப அதக்கூட நிப்பாட்டிட்டாக.

பொம்பளைகளோட நெலம ரொம்ப பரிதாவமாகவும், கேவல மாகவுந்தான் இருக்கு. காடுகரைகள்ள மேச்சாதிக்காரனுகட்ட இருந்து தப்பிக்கனும். கோயிலு காரியங்கள்ள இந்தச் சாமியாங்கால நக்கிக்கிட்டு, கடவுளு, மோட்சம், நரகமுன்னு அவெம் பயங்காட்ரதுனால, அவனுக்கு அடிமைகளா கெடக்கனும். வீட்ல வந்தாலும் கஞ்சியக் காச்சுனமா குடுச்சமா படுத்தமான்னு இல்லாம புருசங்காரனுட்ட இம்சப்படனும்.

பிள்ளைக்குமேல பிள்ள பெத்துக்கிட்டே இருந்தா ஒடம்பு என்னத்துக்கு ஆகும்? நல்ல சாப்பாடு தண்ணியுங்கெடையாது. ஆம்பளைகதான் வீட்லயுங் கடைலையும் அமுக்குரானுக. ஆசுபத்திரி வசதி இல்லாம வீட்லயே அரைகொறையா பேறுகாலம் நடக்குது. பிள்ளப் பெறும்போதும் பெத்தப் பெறகும் ஏகப்பட்ட பொம்பளைக செத்துப்போறா. ஒடனே ஆம்பளைக அடுத்த கலியாணம் முடுச்சுக்கிரானுக. குடும்பக் கட்டுப்பாடு செய்யலாம்னா, ஆம்பள செய்ய மாட்டேங்கா. செஞ்சா பெலங் கொறஞ்சிருமாம். படிப்பறிவு இல்லாம போயி ஏனோ தானோன்னு குடும்பக் கட்டுப்பாடு செஞ்சுக்கிட்டு வந்தா, அதுக்குப் பெறகு முன்னப்போல காடுகரைகள்ள வேல செய்ய முடியலங்றாக. வேல வெட்டி செய்யலன்னா சாப்பாடு எப்பிடிக் கெடைக்கும்? பொம்பளய நம்பித்தான குடும்பம் ஓடுது. அவுக கேக்குற கேள்வியும் நாயமாத்தான் இருக்கு.

4

தைப்பெறக்கவும் வெள்ளையம்மா பாட்டி மரியம்மாட்ட சொன்னா. “இந்த வருசம் கம்மாய்கள்ளாம் ரொம்பிக் கெடக்கு. வயக்காடுகள்ளாம் வெளஞ்சுபோச்சு. நீயும், ஒந்தங்கச்சியுமா கதுரறுக்கப் போனீகன்னா ரெண்டு மூனு மூட்ட நெல்லு சேத்துரலாம்தா. வையாசி பெறக்கவும் ஒனக்கு ஒரு கலியாணங் காச்சி முடிக்கனும்னா நெல்லு வேனும்ல. ஒங்கய்யக்காரன் ஒன்னுஞ் செய்யமாட்டான். வீட்ல சமஞ்ச கொமரிக ரெண்டு பேரு இருக்காளேன்னு ஒரு வெசாரம் இருக்கா.”

அங்னகுள்ள ஒக்காந்து தல வகுந்துக்கிட்டு இருந்த சம்முகக் கெழவி இதக் கேட்டுக்கிட்டுச் சொன்னா, “ஓம் பேத்தியாள எவெம் பொண்ணு கேட்டு வந்து வருசயில நிக்கானுக. அதுலயே கலியாணங் காச்சி முடிக்கனும்னு கதுரறுக்கப் போச்சொல்ற.”

இந்த சம்முகக் கெழவி பேரு சண்முகம். நாங்க சின்னப் பிள்ளை கள்ளாம் அவள மைக்கூழ் கெழவின்னு கூப்டுவோம். அப்பிடிக் கூப்டா கெழவிக்கு ரொம்ப கோவம் வரும். சாதாரணமா கேப்பக் கூழ காச்சுன்னா இத்தினிக்கானு குருநாவும் போட்டுத்தான் காச்சுவாக. அப்பத்தான் பசி ஆறும்பாக. ஆனா இந்த சம்முகக் கெழவி மட்டும் குருநாவெ போடாமெ மொட்டக்கூழாத்தான் காச்சிக்குடிப்பா. எதுக்கு குருநா போடமாட்டேங்கான்னு கேட்டோம்.

“குருநாவ போட்டுக் காச்சுன்னா, கூழு குடிக்கும்போது அதென்ன சோத்துப் பருக்க வாயுல தட்டுப்பட்டுக்கிட்டு கூழு குடிச்சாப்லயே இல்ல. மொட்டக் கூழாக் காச்சிக் குடுச்சுப் பாரு. கூழு விழுவிழுன்னு தொண்டைக்குள்ள கடக்கு கடக்குன்னு எறங்கும். நாடாரு கட கடுச்சக் கீரையும் வாங்கி வச்சுக்கிட்டு மொட்டக் கூழுக்கு கடுச்சுக்கிட்டே குடுச்சீன்னா தேவாமிர்தங் குடுச்சது கெணக்கா இருக்கும்.” இப்பிடிச் சொல்லிக்கிட்டே, “ஒங்களுக்கென்ன தெரியும் பொடிப்பெயமக்கா”ன்னு எங்கள வஞ்சுக்கிட்டுப் போவா.

அவா கிட்ட பேச்சுக் குடுத்தா கண்டிப்பா கடைசில வசவு வாங்கனும். நம்ம பேச்சுக் குடுக்காட்டாலும் வலிய வந்து பேசி இடும்பு பண்ணுவா. யாரு பேச்சுலயும் வந்து முந்திக்கிட்டு பேசி சண்ட இழுத்து உடுவா. அவா சோலி மயித்தப் பாத்துட்டு இருக்க மாட்டான்னு எல்லாரும் சடச்சுக்கிருவாக.

சம்முகக் கெழவி சொன்னதக் கேட்டு வெள்ளையம்மா பாட்டிக்கு மட்டுமில்ல. எனக்கும் கோவமா வந்துச்சு. பாட்டி ஒடனே கெழவியப்

பாத்து, "ஏ, ஓம்பேத்திமார்களுக்குத்தான் மாப்பிள்ளக்காரனுக டக்கு டக்குன்னு வந்து நிக்கிறானுகளோ. கருநாக்கு முண்ட. ஒஞ்சோலி மயித்தப் பாத்துட்டுப் போயேன். யாரு பேச்சுக்குன்னாலும் வந்துருவா கவுடு மொழஞ்ச கொள்ளு. ஓ இதப் பொத்திக்கிட்டு அங்குட்டு எந்துருச்சுப் போ நாத்தமெடுத்த முண்ட;" வஞ்சுக்கிட்டே மரியம்மாட்ட சொன்னா. "இவா கெடக்காத்தா பலவட்ர முண்ட. நீ ஓம்பாட்டுக்குப் போத்தா. செத்த நாயி, கண்ல பாரு ஒரு கூட பூழ தள்ளிக் கெடக்கும். வீச்ச மெடுத்த சக்காளத்தி வாயத்தொறந்து மெனக்கிட்டுப் பேச வந்துட்டா."

"இந்தக் கெழவி ரொம்ப அக்குருவம் புடுச்சவா. மொகரயும் மூஞ்சியும் பாரு;" அவளுக்குக் கேட்டுராம நானும் மெதுவா வஞ்சேன். கேட்டுச்சுன்னா அம்புட்டுத்தான்.

மைக்கூழ் கெழவியும் விருச்சுக் கெடந்த நாலு முடிய தட்டி கொண்டயப் போட்டுக்கிட்டு, "இப்ப என்ன சொல்லிட்டாக ஓம்பேத்தியாள. இப்பிடி வெறி நாயி கெணக்கா உழுகுற. போங்கடி, தேவிடியாப் பெயமக்க. ஒங்க வகுச தெரியாதாக்கும். ஊர்ல கேட்டுப் பாரு. நேத்துப் பொறந்த பிள்ளைக்குக்கூட ஓம் பேத்தியாளோட வகுச தெரியும். அவுசாரி போயி புடிபட்டு ஊர்க் கூட்டத்துல கேவலப்பட்டு, கெட்டுப்பட்டு நின்ன சக்காளத்திக்குப் பேச்சப் பாரு பேச்ச. தூ... நீயும் நாலுபேரு கெணக்கா பேசுற. ஈன மானமுன்னு இருந்துச்சுன்னா போயி கம்மாயில, கெணத்துல உழுந்து செத்துப் போங்கடி," துப்புக்கழுச்சுட்டு, கத்திக்கிட்டே கம்பையும் எடுத்து ஊனிக்கிட்டுப் போயிட்டா சம்முகக் கெழவி.

அன்னியாரம் பாத்து அங்கவந்த மதினி பரலோகம் கேட்டா, "நீ எதுக்கு அவாகிட்ட வாத்த குடுத்த? அவாதான் ரப்பெடுத்து பேசுவான்னு ஒனக்குத் தெரியுமில்ல."

"நா எங்கடி அந்த முண்டயிட்ட வாத்த குடுத்தேன். 'பீக்கு முந்துன குசுவும், பிள்ளைக்கு முந்துன கன்னிக்கொடமுங்' கெணக்கா அவாள்ள வலிய வம்புக்கு வாரா." சொல்லிக்கிட்டே பாட்டி கஞ்சி காச்சுரதுக்கு முள்ளு நறுக்க அருவாளும் முண்டுமா போயிட்டா.

இந்தச் சம்முகக் கெழவிய நெனக்கையிலே கோவங் கோவமா வந்துச்சு. அவள 'கிறுக்கு முண்ட'ன்னு ஊர்ல சொல்லுவாக. நாங்க சாயந்தரக் கோயிலுக்குப் போயிட்டு செவம் முடுஞ்சு வரும்போது இந்தக் கெழவி கூட வந்தான்னா எல்லாரும் அவள உட்டுட்டு ஓட்டமும் நடையுமா வீடுகளுக்கு ஓடியாந்துருவோம். ஏன்னா இவாகூட வந்தா நாங்க பேசிக்கிட்டு வார பிள்ளைககிட்ட வந்து ரெண்டு பேரு கையயும் சேத்து வச்சு குசு போட்டு உட்டுட்டுப் போவா. வீச்சமெடுத்தவா. யாருக்கும் பயப்படமாட்டா.

ஒரு நாளு நாங்கள்ளாம் பள்ளிக் கொடத்துக்குப் போயிட்டிருந்தோம். அப்ப மொதலாளி காடுகரைக்கு வேலைக்குப் போற எங்க தெரு பொம்பளைகளும் அப்பிடிக் கூடி வந்தாக. அப்ப ஒரு கடைல போயி ஒரு குச்சி வாங்கிக்கிட்டு மீதித் துட்டுக்கு முட்டாயி கேட்டுக்குட்டு இருக்கையில சம்முகக் கெழவி வந்தா. வந்த ஒடனே, "தள்ளு, தள்ளுங்க பெயமக்கா இவளுகள்ளாம் படுச்சுத்தான் பறக்குடி முன்னேறனும்." சொல்லிக்கிட்டே, "மொதலாளி பத்து காசு ஊறுகாப்பாள ஒன்னு குடுங்க"ன்னு கேட்டு வாங்குனா. அவளப் பாக்கவும் எங்களுக் கெல்லாம் சிரிப்புன்னா சிரிப்பு. அம்புட்டுச் சிரிப்பு. எதுக்குன்னா அவா தலைல சீலயச்சும்மாடு கூட்டி ஒரு சட்டியும், ஒரு தோளுல மம்முட்டியும், இன்னொரு தோள்ல தெர்மாசு பிளாஸ்க்கும் தொங்க உட்டுருந்தா. எள்ளுக்களைக்குப் போறவாளுக்கு தெர்மாசுக் குடுவ என்னத்துக்கு. அதுல காப்பிதான வாங்குவாகன்னு நாங்க குசுகுசுன்னு பேசிக்கிட்டே சிருச்சோம். நாங்க மடத்துல படிக்கும்போது, தாயாருமாருக அதுல காப்பி வச்சு குடுச்சத பாத்துருக்கோம். எங்க கூட இருந்த மெக்கேலு பிள்ள தகிரியமா, "ஏ பாட்டி, நீ என்ன கள வெட்டுக்குக் காப்பியா கொண்டுபோற?" கேட்டுட்டு சிருச்சா.

"அடி செறுப்பால, அது எவாடி, அவெம் பெலேந்தர மகாதான. எம்புட்டு லக்கலுன்னு பாத்தியா அவளுக்கு. நீ இந்த வயசுலயே இம்புட்டு சௌடாலுத்தனம் பண்றவா கொமரி குட்டச்சி ஆயிட்டா என்ன செய்யக் காத்திரிக்கியோ. கேட்டீகளா மொதலாளி, காப்பி கொண்டு போறமுன்னு லக்கல் பண்றத," கடக்கார மொதலாளி ஆறுமுகச் செட்டியார்ட சொல்லவும், செட்டியாரு சொன்னாரு, "பாப்பா கேட்டதுல என்ன தப்பு? நீயி பிளாஸ்கு தொங்கப்போட்டுக்கிட்டு போறீல, அதான் கேட்டுருக்கா. காப்பி யாருக்கு வாங்கிட்டுப் போற? நாய்க்கரு வாங்கியாரச் சொன்னாரா?"

"இதச் சொல்றீகளா, இதுல கேப்பக்கூழக் கரச்சு ஊத்திக்கிட்டுப் போறேன். இதுக்குள்ள என்னமோ கண்ணாடி கெணக்கா மினுங்கிக்கிட்டு இருக்குறது ஒடஞ்சு போச்சாம். இதுலயும் என்னமோ கோளாறுன்னு எங்க நாய்க்கரம்மா தூக்கிக் குப்பைல போட்டாக. நாந்தான் தூக்கிட்டு வந்து ஒடஞ்ச கண்ணாடிச் சில்லக் கொட்டிப்பிட்டு மொட்டக்கூழ கரச்சு ஊத்திட்டுப் போறேன். காணாக் கொறைக்கு இந்தா சட்டிலயும் கூழு கொண்டு போறேன். அதுக்குக் கடுச்சுக்குரதுக்குத்தான இப்ப ஊறுகாப் பாள வாங்குனேன்." சொல்லிட்டு அவா பாட்டுக்குப் போறா. செட்டியாரும் சிரிக்காரு. நாங்களும் சிருச்சுக்கிட்டே பள்ளிக்கொடம் போயிட்டோம். அன்னைக்குச் சாயங்காலம் வீட்டுக்கு வந்த ஒடனே நெறய்யாப் பேத்துக்கிட்ட பிளாஸ்குக் கூழு வெசயத்தச் சொல்லிச்சிருச்சுச்

சிருச்சு வகுறே புண்ணாப்போச்சு. அதுல இருந்து மைக்கூழ் கெழவின்ற பேரு போயி பிளாஸ்குக் கூழுன்னு பேரு வந்துச்சு. யாராச்சும் 'ஏ பிளாஸ்கு'ன்னு சொல்லிட்டாலே போதும். கெழவி கம்ப எடுத்துக்கிட்டு ஒற்றே எறிதான். அம்புட்டுக் கோவம் வரும் அவளுக்கு.

வெள்ளையம்மா பாட்டி சொன்னது கெணக்கா மரியம்மா தங்கச்சியக் கூப்டுகிட்டு கதுரறுக்கப் போனா. வயல் வரப்புல, களத்து மேட்டுல வேல வெட்டி செய்யும் போதும் மரியம்மா ஊர்க் கூட்டத்துக்குப் போனதுபத்தி சாடமாடையா பேசுனாக. மரியம்மாளுக்கு வாழ்க்கையே வெறுப்புத் தட்டிப் போச்சு. வெள்ளையம்மா பாட்டிக்கிட்ட ஒருநா அழுதுக்கிட்டே சொன்னா, "நாஞ் செய்யாத குத்தத்துக்கு எங்குட்டுப் போனாலும் வசவு வாங்க வேண்டி இருக்கு. அந்தப் பெய மூஞ்சிய பாத்தனா மொகறயப் பாத்தனா? இப்பிடி இந்த ஊர்ப்பெய மக்க வாய்க்கு வந்ததெல்லாம் பேசுராளுக."

இதக் கேக்கவும் எனக்கும் அழுகையா வந்துச்சு. பொம்பளைக கூட பொம்பளைகளுக்கு எரக்கங் காட்ட மாட்டேங்காளேன்னு கஸ்டமா இருந்துச்சு. பாட்டிக்கும் ரொம்ப வேதனையா இருந்துச்சு. அவா மொகமே வாடி வதங்கிப் போச்சு. "ஒனிய பொண்ணு பிள்ளன்னு யாருங்கேட்டு வந்தாலும், இந்தப் பெயமக்க கண்டதக் களியதச் சொல்லிக் கெடுத்துப் போடுவாக. என்னன்னு தான் ஒனிய கர ஏத்துரதோ தெரியல. ஒந்தங்கச்சி வேற சடங்காகி நிக்கா. அடுத்தவளும் ஆளாகுற மாதிரி மதமதன்னு வளந்து நிக்கா. ஒரு வீட்ல ரெண்டு மூனு கொமரு நிக்கக்கூடாது. நின்னா ஊர் வாயே மென்னு போடும்," பாட்டி சொல்லிட்டு பெருமூச்சு உட்டா.

அந்நியாரம் மரியம்மாளோட அய்யன் சமுத்துரக்கனி அங்ன வரவும், பாட்டி அவெங்கிட்ட மனசுல கெடந்து அருச்சுக்கிட்டு கெடந்ததச் சொன்னா. "மரியம்மாவுக்கு வயசாகிகிட்டே போகுதல்ல. காலாகாலத்துல எவெங் கையிலயாவது புடுச்சுக் குடுத்துட்டா நல்லது. ஏற்கனவே சும்மா இருந்த பிள்ளய கண்டமானிக்கச் சொல்லிக் கேவலப்படுத்திட்டாக."

இதக் கேட்டதும் சமுத்துரக்கனிக்கு அம்புட்டுக் கோவம் வந்துருச்சு. "இவா ஒழுங்கா இருந்தான்னா யாரு பேசப்போறா? நெருப்பில்லாமெ பொக வருமா? மானங் கெட்டுப் போன இவள இனி எவெங் கெட்டப் போறான். பேசாமெ அந்தப் பெய மாணிக்கத்துக்கே கெட்டிக் குடுத்தாத்தான் போச்சு. வேற வழி இல்ல." சமுத்துரக்கனி கத்தவும் மரியம்மா வீக்குறு வீக்குறுன்னு அழுதா.

"கிளிய வளத்து பூன கைல குடுத்தது கெணக்கா, போயும் போயும் அந்தப் பெயலுக்கா வாக்கப்படச் சொல்றீக. அவெஞ் சரியான குடிகாரப் பெய. வேல வெட்டிக்குப் போகமாட்டான். இதுல எப்பப் பாத்தாலும் துட்டுக்குச் சீட்டாடுவான். வீட்ல கஞ்சி குடிக்கிற கும்பாயக் கூட அடவு வச்சு சீட்டாடி தோத்தானாமுல்ல. கள்ளச் சாராயம் காச்சி ஏழெட்டு தடவ ஜெயிலுக்குப் போயிட்டு வந்துருக்கான்." பாட்டி சொல்லவும் சமுத்துரக்கனி மேல ஒன்னும் பேசல. பீடியப் பத்தவச்சுட்டு வெளிய போயிட்டான்.

அவெம் போன பெறகு, பாட்டி யோசன பண்ணிப் பாக்கையில சமுத்துரக்கனி சொல்றதும் சரிதான்னு பட்டுச்சு. "வேற யாருக்கும் வாக்கப்பட முடியலன்னா இப்பிடி கன்னி கழியாமெ வீட்லயே வைக்க முடியாதே. அதுக்கு அந்தப் பெய மாணிக்கத்துக்கே கெட்டி வச்சுட்டா, கல்யாணமின்னு ஒன்னு ஆன மாதிரி இருக்கும். பெறகு அடுத்த பிள்ளைகள கரை ஏத்திரலாம்."

மரியம்மாட்ட இந்த யோசனயச் சொல்லவும், மரியம்மா அருதிக்கு மாட்டமுன்னு அடம் புடுச்சா. "அந்தப் பெயலுக்கு யாரும் பொண்ணு குடுக்காமத்தான் இம்புட்டு நாளாக் கலியாணம் செய்யாமெ இருக்கான். அவனுக்கு வாக்கப்படுரதுக்குப் பதுலா ரெண்டு மொழக் கவுத்துல தொங்கலாம்," சொல்லிட்டு கொடத்த எடுத்துக்கிட்டு தண்ணி எடுக்கப் போயிட்டா.

பாட்டிக்கு அவா சொல்றதும் நாயமுன்னு பட்டாலும் வேற என்ன செய்றதுன்னு ஒன்னும் புரியல. ஆனா வையாசி மாசம் பெறக்கவும் சமுத்திரக்கனியே மும்முரமா நின்னு மரியம்மாள அரட்டி மெரட்டி மாணிக்கத்துக்குக் கெட்டி வச்சுட்டான். அவனுக்கு வாக்கப் பட்டதுலருந்து தெனமும் அடியும், மிதியும், ஒதயும் வாங்கிக்கிட்டு அர உசுரும் கொற உசுருமா ஆகிட்டா மரியம்மா.

மரியம்மா வாழ்க்கைய நெனச்சுப் பாக்கையில ஏம்மனசுக்குள்ள அம்புட்டு ஆங்காரமும் வெறுப்புமா வந்துச்சு. எவனோ மேச்சாதிக்காரப் பெய பண்ணுன இடும்புக்கு இவாமேல பழியப்போட்டு, இவா வாழ்க்கையவே நாசமாக்கிப் போட்டாக. பொம்பள மேல ஒரு பழிச்சொல்லு வந்துட்டா அம்புட்டுத்தான் அவா கெதி. அது நெசம்மா பொய்யான்னு யாரும் யோசிக்க மாட்டாக. அவளச் சொல்லவும் உடமாட்டாக. எவனாவது அயோக்கியப் பெயலுக்குக் கெட்டி வச்சுட்டு அவா செத்தாலுஞ் சரி பொழச்சாலுஞ் சரின்னு தலமுழுகிடுறாக. சீன்னு வந்துச்சு எனக்கு. அவள இப்பிடி ஆக்கி வச்ச அம்புட்டுப் பேரயும் கடுச்சுக் கொதறி மென்னு துப்பிடலாம் போல இருக்குது.

இது மாறித்தான் மேலத் தெருவுல தாயின்னு ஒரு பொம்பள இருந்தா. இவா கதயக் கேட்டா நம்ம பொம்பளையா பெறக்கவே கூடாதுன்னு நெனப்பேன்.

தாயி எங்க தெருவுலயே நல்ல செக்கச் செவேர்னு இருப்பா. அவாள்ளாம் நல்லா வளுச்சு கிளுச்சு சோடுச்சான்னா அச்சசல் நாய்க்கமாரு பொம்பள கெணக்காவே இருப்பா. ஆனா நாள் தவறுனாலும் அவா அடிவாங்குரது தவறவே தவறாது. அவளுக்கு இஸ்டமில்லாத எடத்துல வம்பு பண்ணி வலுக்கட்டாயமா கெட்டிக் குடுத்துருக்காக. அவள புருசன் கம்புட்டயும், இடுப்பு எடவார்டயுமா மாட்ட அடுச்சது கணக்கா தெருக்காடெல்லாம் போட்டு தரதரன்னு இழுத்துக் கொண்டாந்து போட்டு அடிப்பான்.

ஒருநா நானு பள்ளிக்கொடம் போயிட்டு சாயங்காலம் வீட்டுக்குத் திரும்பி வந்துக்கிட்டுருந்தேன். எங்க தெருவுக்குள்ள நொழையும் போதே தாயோட அழுகச் சத்தம் கேட்டுச்சு. கிட்டத்துல போயி பாத்த எனக்குக் கண்ணீரு முட்டிக்கிட்டு வந்துருச்சு. இடுப்பு எடவாரக் கொண்டு தாய அவா புருசன் மாத்தி மாத்தி அடுச்சான். அவா சட்டையும் போடலயா. அவளோட செவத்த தோலில எடவாரு பட்ட எடமெல்லாம் செவேர் செவேர்னு தடுப்பு அப்பிடி உளுந்து கெடந்துச்சு. அவள கீழ போட்டு காலுட்ட மிதிச்சுக்கிட்டு அவென் அடுச்சத இப்ப நெனச்சாலும் எனக்கு ஒடம்பே புல்லருச்சுப் போகும். யாராவது அவள வந்து இழுத்துக்கிட்டு ஒடிர மாட்டாகளான்னு நானு நெனச்சுக்கிட்டு இருக்கையில அங்க வந்த கருத்தமுத்து அதட்டலா சத்தம் போட்டாரு. "நீ என்ன மனுசந்தானாடா? ஒரு பொம்பளய அடிக்குதுக்கு வரமொற கிடையாதா? கொஞ்சங் கூட எரக்கமில்லாம இப்பிடிக் கொல்ற?"

இதக் கேட்டதும் தாயி புருசனுக்கு ஆங்காரம் அதிகமாச்சே தவுர கொறையல. அவனும் பதுலுக்கு, "நீயாரு இந்த முண்டைக்கு வக்காலத்து வாங்கிட்டு வார? ஏம் பொண்டாட்டி நா அடிப்பேன். கொல்லுவேன். நீ ஒஞ்சோலியப் பாத்துக்கிட்டுப் போ," சொல்லிட்டு "ஏண்டி கண்டாரளி, கண்ட பெயல்லாம் சப்போட்டுக்கு வாரான். கள்ளத் தாயளி மகா. பத்துப் பெயகிட்ட போவா," இப்பிடி கெட்ட கெட்ட வாத்த சொல்லி வஞ்சுக்கிட்டு இன்னும் பெலமா அடுச்சான்.

அங்ன ஆப்டவுகள்ளாம் வகுத்தெரிச்சப்பட்டு, "இவெம் மனுசப் பெயன்னா போயி வெலக்கி உடலாம். மிருகசாதிப் பெயகிட்ட என்னத்த சொல்ல முடியுது. யாரு போயி வெலக்குனாலும் அவள அவுசாரி சாட்டி அடிக்கான்." பொலம்பிக்கிட்டே போனாக.

எனக்கு நெஞ்செல்லாம் அடச்சுக்கிட்டு ஒருமாதிரி இருந்துச்சு. வீட்டுக்கு வந்து எங்கம்மயிட்ட சொன்னேன், "என்னம்மா இப்பிடி தாலி கட்டிட்டா எப்பிடின்னாலும் அடிக்கலாமாக்கும். தாயப் பாக்கையில பாவமா இருக்கும்மா."

"வாக்கப்பட்ட அன்னைக்கே அவனுக்கு அடிம கெணக்காத்தான். அதான் எல்லாம் பெயல்களும் பொம்பளைகள அடக்கி மெரட்டி வைக்கானுக. ஆனாலும் இவனப் போல அடிக்குற ஆம்பளய நாம் பாத்ததில்ல," எங்கம்ம சொல்லிட்டு பெருமூச்சு உட்டா.

தொயந்து எங்கம்ம ஏங்கிட்ட சொன்னா, "தாயிப்பிள்ள வீட்டுச் செம ஒருநாளு போயிருந்தேனா. அவா வீட்டு நெலப் படில கத்தையா இம்புட்டு முடிக்குக் கெட்டி தொங்க உட்டுருந்துச்சு. அங்ன வாசல்ல நெல்லக் காயப் போட்டுக்குட்டு, பா...பா...ஊட்டி, ஊட்டி, ஊட்டி...., - ன்னு பண்ணிகளச் சத்தம் போட்டு கூப்டு அதுகளுக்கு ஊறத்தண்ணிய ஊத்திக்கிட்டு இருந்தா தாயி, அவளக் கூப்டு, 'ஏத்தா எதுக்கு இம்புட்டு மயிருக் கத்தய நெலப்படில கெட்டி தொங்க உட்டுருக்க'ன்னு கேட்டேன். அவா பதிலு சொல்லமுன்ன வீட்டுக்குள்ள இருந்து அவா புருசன் வெளிய வந்து சொல்றான், 'அதா மதினி, ஒங்களப் போல இப்பிடி நாலு பேரு கேட்டு இவா மொகறைல காறித்துப்பட்டும்னு நாந்தான் கெட்டித் தொங்க உட்ருக்கேன். இந்த கண்டாரளி முடியத்தான் அறுத்து, தொங்க உட்ருக்கேன். அவா பெடதில பாருங்க வள்ளுசா முடி இருக்காது. அவா மப்ப அடக்கனும்னுதான் வெட்டுனேன்' சொல்லிட்டு சிரிக்கான். கொஞ்சூட நெஞ்சுல ஈரமில்லாத பாவி."

இதக் கேட்டப் பெறகு எனக்கு ஆத்திரமா வந்துச்சு. "ஏம்மா, இப்பிடி இவங்கூட எதுக்கு இருந்து கஸ்டப்படனும். இவன உட்டுட்டு தனியாப் போனா என்ன? அடி வாங்காமெயாச்சும் இருக்கலாமுல்ல," நாங் கேட்டேன்.

"வாக்கப்பட்டப் பெறகு அம்புட்டு ஈசியா போ முடியாது. ஒரலுக்குள்ள தலயக் குடுத்தப் பெறகு ஒலக்கைக்குத் தப்ப முடியுமா? மண்ட மண்ணுல மடியுந்தட்டிக்கும் இம்சப் பட்டுக்கிட்டுத்தான் இருக்கனும்," எங்கம்ம இப்பிடிச் சொல்லவும் எனக்குள்ள கோவம், வேகம், ஆங்காரம், ஆத்துரம், எரிச்சலு, வெறுப்பு இப்பிடி பலமாறியான ஒணர்வு வந்துச்சு.

5

"ஏடியோய் செவத்தி, கேட்டுக்கிட்டியா சங்கதியெ? ஓம்மச்சா மகா மனச்சி பேயி புடுச்சு ஆடுறாளாம்டி," சொல்லிகிட்டே எங்க பாட்டி வந்தா.

ஒடனே அங்னகுள்ள சட்டிபான கழுவிக்கிட்டு இருந்த டமாட்டா மாடு, "யாருக்கு பெரீம்மெ பேயி புடுச்சுருக்கு. எப்பிடி புடுச்சுச்சாம்?" கேட்டுக்கிட்டே கைய கழுவிட்டு எந்துருச்சு வந்தா.

டமாட்டா மாடுங்கறது நானம்மாளோட பட்டாப்பேரு. யாரும் அவாளோட நெசப்பேரச் சொல்லிக் கூப்டமாட்டாக. டமாட்டா மாடுன்னுதான் சொல்வாக. ஊர்க்காட்ல காள மாட்ட சோடுச்சு கீடுச்சு வீட்டு வீட்டுக்குத் துட்டு வாங்கிட்டு வருவானுக செலபேரு. அந்தமாடு ஒரு சொதாரிப்பே இல்லாமெ அவெ இழுத்த இழுப்புக்கு மப்பு புடுச்ச மாதிரி திரியும். அது கெணக்காத்தான் நானம்மாளும் இருப்பா. அதான் அவாபேரு டமாட்டா மாடு. பாட்டி கத்துன கத்துக்கு அங்ன ஆப்ட அம்புட்டுப் பேரும் வேலயுஞ் சோலியும் போட்டுட்டு பாட்டிட்ட ஓடியாந்தாக. ஏழெட்டுப் பேரு சேந்துரவும் பாட்டி நெதானமா ஒக்காந்து மனச்சியப் பத்தி வெவரமாச் சொல்ல ஆரம்பிச்சா. கூழு குடுச்சுக்குட்டு இருந்த இருந்த நானும் கும்பாயோட தூக்கி மடக்கு மடக்கு மடக்குன்னு குடுச்சுட்டு கைய கழுவியுங் கழுவாமலும் பாட்டி சொல்றத கேக்க ஓடுனேன்.

"போன பொதங்கெழம மனச்சிப் பிள்ள மாட்டுக்கு ரெண்டுப் பில்லுப் பெறக்கிட்டு வருவோம்னு அவரு மூளியம்மா காட்டுச்செம போயிருக்கா. போன கழுத கூட யாரையாச்சும் கூப்டுக்கிட்டுப் போக்கூடாது. ஒத்தைல அதுலயும் பொழுதுளுகுற டயத்துக்குப் போயிருக்கா." பாட்டி சொல்லிக்கிட்டிருக்கைலயே சினும சின்னம்மா, "அப்பிடிச் சொல்லு. அங்ன அந்த கெணத்துக்குள்ளதான போன மாசம் மூக்கையாச் செட்டியாரோட சம்சாரம் உளுந்து செத்தாக." சொல்லி முடிக்கமுன்ன கூட இருந்த பொம்பளைக." இவா ஒருத்தி எடைல பேசிக்கிட்டு, அவா வெள்ளையம்மா கெழவி முழுசுஞ் சொல்லட்டுமே;" ஒன்னாக் கத்தவும் சின்னம்மா வாய மூடிக்கிட்டா.

வெள்ளையம்மா பாட்டி தொயந்து சொன்னா. "பில்லப் பெறக்கிக்கிட்டு கெட்டித் தூக்கியார நேரத்துல கெணத்துக்குள்ள யாரோ டமார்னு உளுந்த சத்தங்கேட்டு திடுக்குன்னு பயந்து போயி திலும்பிப் பாத்துருக்கா பெயமகா. அந்தச் செட்டியாரோட சம்சாரந்தான் துட்டக்கொட்டுனது கெணக்கா கலகலன்னு சிருச்சுக்கிட்டே கெணத்து நடுச்செண்டருல நின்னுருக்கு. அப்பிடியே பில்லுக்கெட்டையும் தூக்காமெ வெறுமுத்திப் புடுச்சுப் பேயி வீட்ல வந்து படுத்தவதானாம். கஞ்சி தண்ணி செல்லாம காச்சலா கெடந்துருக்கா. ஒருத்தருக்கும் ஒரு வெவரமுந் தெரியல. இன்னைக்கு வெள்ளிக் கெழம அதுவுமா சொல்லி ஆடுறா." பாட்டி சொல்லி முடிச்சுட்டு பொடி மட்டய எடுத்து, இத்தினி பொடி அள்ளி வாய்க்குள்ள வச்சுக்கிட்டா.

“கேக்கயிலயே ஒடம்பெல்லாம் புல்லரிக்கு தாயே.” டமாட்டா மாடு சொன்னா.

“எங்னகுள்ள ஆடுறா பாட்டி?” நாங் கேட்டேன்.

“இந்தா அந்தோணியாரு குருசுக்குக் கொண்டாந்துருக்காக. நீயெல்லாம் ஓம்பாட்டுக்குப் போயிப் பாக்காத, வயசுப் பிள்ளைகள கண்டா படக்குன்னு புடுச்சுக்குறும்.”

“இம்புட்டு நாளா சும்மா இருந்துட்டு இப்ப எப்பிடி அந்தப் பேயி சக்களத்தி ஆட்டங்குடுத்தா?” மேலத்தெரு மூக்கம்மா கேட்டா.

“இது பேயிக் கோளாறுன்னு தெரியாமெ காச்சலுக்குக் கண்டதக் களியதக் குடுத்துப் பாத்துருக்காளுக. நானும் பாத்தேன். மண்ட, நெத்தியெல்லாம் அந்தப் பிள்ள பத்துப் போட்டுக்கிட்டு இருந்துச்சு. பெறகு அவா உச்சாயிக் கெழவி தான் ‘ஏ கழுதைகளா நோய்க்கும் பாரு, பேய்க்கும் பாருன்னு சும்மாவா சொன்னா. அவெங் கோடாங்கிக் காரனக் கூட்டியாந்து குறி கேளுங்க’ன்னு சொல்லவும், கூட்டியாந்து பாத்தா இப்ப வெசயம் வெளங்குது. பொம்பளைக ஒத்த சத்தயில போக்கூடாதுன்னு சொன்னாக் கேட்டாத்தான” பாட்டி, சொல்லிட்டு எந்துருச்சுப் போயிட்டா.

“இனி அந்தக்காட்டுச் செம வேல வெட்டிக்குக் கூட போ முடியாது பொருக்கோ. இந்த அம்மாளுக்கு வேற கெணறே கெடைக்கலன்னு நாலு சனம் எறங்கி தண்ணி கிண்ணி குடிக்கிற கெணத்துல போயி உளுந்து செத்துருக்கு.”

“ஏம்மகா சொன்னா, அந்தப்பிள்ள மனச்சி அன்னைக்குத் தலைக்கு வேற ஊத்தலாயாம். மப்புத்தான அவளுக்கு. தூம வாடைக்கு எங்குட்டாப்ப பேயெல்லாம் வந்து புடிக்குமே.”

ஆளாளுக்கு ஒவ்வொன்னாச் சொல்லிக்கிட்டே எந்துருச்சுப் போயிட்டாக.

மனச்சிப் பிள்ளையப் போயி பாக்கனும்போல இருந்துச்சு. ஆனா பயம்மாவும் இருந்துச்சு. இன்ன ரெண்டு பேரக் கூப்டுக்கிட்டு போகலாம்னு நெனச்சு போயி பரலோகத்தையும், பேச்சியாத்தாளையும் கூட்டிக் கிட்டுப் போனேன்.

அந்தோணியாரு குருசுக்கு முன்னாலே ஒரே கூட்டம். மனச்சிப் பிள்ள நடுவுல ஒக்காந்திருந்தா. அவா தலமுடி விருச்சுக் கெடந்துச்சு. திருத்திருன்னு சுத்திச் சுத்தி முழிக்கா. அவளப் பாக்கவெ பயம்மாக் கெடந்துச்சு. ஒன்னுமே பேசல.

அவா பேயாடுவான்னு நாங்களும் நின்னுநின்னு பாத்தோம். ஆடவே இல்ல. இப்ப ஆடி முடுச்சிட்டான்னு சொல்லிட்டாக. சரி, இன்னொரு தடவ ஆடும்போது வந்து பாப்போமின்னு சொல்லிட்டு வந்துட்டேன்.

அன்னைக்கு ரவைக்கெல்லாம் எனக்கு ஒறக்கமே வல்ல. நானு ஏழாங் கெளாஸ் படிக்கையில ஒரு நாளு சாயங்காலம் கோயிலுக்குப் போகைல வண்ணாக்குடில ஒரு பொம்பளைக்குப் பேயி புடுச்சு ஆடுறான்னு சொல்லி நாங்க ஒரு நாலஞ்சு பேரு கோயிலுக்குப் போகாமெ பேயி பாக்கப் போனோம். அந்த நெனப்பு வரவே அதையே யோசுச்சுக்கிட்டுப் படுத்துக் கெடந்தேன். நெனைக்க நெனைக்கப் பயம்னா இன்ன மட்டுன்னு இல்ல. அங்குட்டு இங்கட்டு பெறண்டு கூடப் படுக்காமெ ஆடாமெ அசையாமக் கெடந்தேன்.

எங்க தெருவுக்கு அடுத்த தெருதான் வண்ணாக்குடி. அப்பச் சாயந்தரம் ஆறுமணி இருக்கும். இருளப்பன் பொண்டாட்டி எசக்கி புடுச்சு ஆடுனா. இருளப்பன் வீட்ல கோடாங்கி வச்சு அடுச்சாக. நாங்க அங்க போம்போது ஏற்கனவே நெறய்யாப் பேரு கூட்டமா கூடி நின்னாக. வீராயி, அதான் இருளப்பன் பொண்டாட்டி தல முடிய விருச்சுப் போட்ட மேனிக்கா நடுவுல ஒக்காந்துக்கிட்டு மலங்க மலங்க முழிக்கா. அவா பார்வ ஏம்மேல படும்போதெல்லாம் சட்டுன்னு எனக்கு முன்னால நின்னவுக பின்னால மறஞ்சுக்கிட்டேன். இல்லன்னா எனியப் பாத்துப் புடுச்சுருவான்னு பயந்துக்கிட்டுத்தான் அப்பிடி மறஞ்சேன்.

கோடாங்கி நெத்தி நெறய்ய தின்னீறு பூசி நடுவுல செந்துருக்கப் பொட்டு வச்சிருந்தாரு. வாயி நெறய்ய வெத்தலய மென்னு ஒதப்பிக் கிட்டு கைல கோடாங்கியப் புடுச்சுருந்தாரு. அவருக்கு முன்னால ஒரு தட்டுல வெத்தல பாக்கு, குங்குமம், வாழப்பழம், ஊதுபத்தி எல்லாம் இருந்துச்சு. பக்கத்துல ஒரு சட்டில தீகங்கு வச்சு அதுக்குள்ள சாம்பிராணியப் போட்டுக்கிட்டு இருந்தாக. சாம்பிராணிப் பொக மண்டுச்சு. அந்தப் பொகைக்குள்ள தலவிரி கோலத்தோட வீராயியப் பாக்கையில அடிவகுறெல்லாம் கலக்குது. அந்தச் சாம்பிராணி வாசன கூட என்னமோ மாறி இருந்துச்சு. நாங்க எல்லாரும் கூட்டத்தோட கூட்டமா பயத்துல ஈரக்கொலய கைல புடுச்சுக்கிட்டு நின்னோம்.

கோடாங்கிக்காரன் கோடாங்கிய அடிக்க ஆரம்பிச்சான். 'டயின் டயின்டா டயின் டயின்டா டயின் டயின்டா,' இப்பிடி ஒருமாதிரி வகுத்த கலக்குற மாதிரி அந்தக் கோடாங்கிச் சத்தத்தக் கேட்டதும் வீராயி தல சத்தத்துக்குத் தக்கன ஆட ஆரம்பிச்சது. ஏ நெஞ்சுக்குள்ள முருங்க மரத்து கம்பிளிப் பூச்சிக வந்து ஊர்ர மாறி இருக்கு. ஓடிப்போயிடுரலாம் போல இருக்கு. இருந்தாலும் வீராயி ஆடுறதக் கொஞ்ச நேரம் பாத்துட்டுப் போகலாம்னுட்டு நின்னேன்.

கோடாங்கிப் போகப்போக வேகமாக அடுச்சான். வீராயி விர்ரு விர்ருன்னு தலைய சொழட்டிச் சொழட்டி ஆடுறா. அவா மொகமெல்லாம் முத்து முத்தா வேர்த்து ஊத்துது. வீராயி ஆட ஆட, அவளப் பாத்துக்கிட்டு நின்ன ஏந்தலயும் எனிய அறியாமெ ஆடுது. எனக்கு என்ன செய்ரதுன்னு தெரியல. சுத்தி முத்திப் பாத்தா எந்தல மட்டுமில்ல பெரிய பொம்பளைக தல கூட அப்பிடி இப்பிடி ஆடுது. ஏங்கூட வந்த இன்னாசியம்மா பிள்ளைட்ட சொன்னேன். "ஏத்தா பயம்மா கெடக்குத்தா. வா போயிருவோம். கோயிலுக்கு நேரமாச்சு."

அவா என்னடான்னா, "இம்புட்டு நேரம் பாத்துட்டம்ல. இப்ப கொஞ்ச நேரத்துல அவா கல் தூக்கிட்டுப் போவா. பாத்துட்டுப் போயிருவம்தா," சொல்லிட்டு முன்னாடி இருந்த இத்தினிக்கானு எடத்துல நொழஞ்ச முன்னாடி போயிட்டா.

கல்லுத் தூக்கிட்டுப் போறதுக்கு முன்னாடி வீராயி உச்சந் தலைல இருந்து முடி எடுத்து, அந்த முடியக் கொண்டுபோயி எசக்கி இருக்குற ஆலமரத்துல வச்சு ஆணியக் கொண்டு அரைவாக. அந்த முடி எடுக்குரதப் பாக்குரதுக்குத்தான் அப்பிடி முண்டி அடுச்சு ஓடுனா.

வீராயி ஆடிமுடுச்சு களச்சுப் போயி இருந்தா. கோடாங்கி அவாகிட்ட கேட்டான் "இந்த கன்னிய எப்பப் புடுச்ச?"

"நடுமத்தியானம் இவா மஞ்சணத்தி மடைக்கிட்ட வெள்ளாவி வச்சு துணி தொவச்சா. அந்த நேரத்துல புடுச்சேன்." வீராயி ஆடிக்கிட்டே சொல்றா. எசக்கிதான் வீராயி கெணக்கா பேசுதாம். பக்கத்துல நின்னவுக சொன்னாக.

"இந்தக் கன்னிய இவ்வளவு நாளா புடுச்சு வச்சிருக்க. உனக்கு தொட்டுலு, சொளகு செஞ்சு வைக்கோம். இந்தக் கன்னிய உட்டுரியா?" கோடாங்கி கேட்டுட்டு மடமடன்னு கோடாங்கிய அடுச்சான்.

"தொட்டுலு, சொளகோட ஒரு சட்டயுந் தச்சுப் போட்டா வெலகிருவேன்," வீராயி சொன்னா. சொல்லிட்டு கோடாங்கி அடுச்ச அடிக்குத் தக்கன ஸ்பீடா ஆடுனா. ஆடிக்கிட்டு இருக்கைலயே கோடாங்கி அவா முடியப் புடுச்சு இழுத்து நடு மண்டயில இருந்து ஒரு குத்து மயிர கைட்ட சொழட்டிப் புடுச்சு வெக்குன்னு இழுத்து புடுங்கிட்டான். எப்பிடி இழுத்தாலும், அடுச்சாலும் பேய்க் கழுதைக்கு வலிக்காதாம். பேயாடி முடுச்சுப் பெறகு தன்னொணர்வு வந்தாவிட்டித்தான் வலிக்குமாம். அதோட வீராயி ஆட்டத்த நிப்பாட்டிட்டா. பெறகு வீராயிய எழுப்பி உட்டு சீலையெல்லாம் சரியாக் கெட்டிவுட்டு பக்கத்துல வச்சுருந்த பெரிய கல்லத் தூக்கி அவா தலைல வச்சாக. வச்சதும் அதத் தூக்கிக்கிட்டு கம்மாக்கர வழியா ஓடுனா ஓட்டம். அவா பின்னாலியே

கோடாங்கி போனான். வேற ரெண்டு மூனு ஆம்பளை போனாக. பொம்பளைக யாரும் போகல. போனா அவுகளப் புடுச்சுக்கிருமாம்.

நாங்க கோயிலுக்கும் போகாமெ நின்னு பாத்துக்கிட்டு இருந்தோம். வீராயி தூக்கிட்டுப் போன கல்ல மஞ்சணத்தி மடைக்கிட்ட நிக்குர ஆலமரத்துக்கிட்டப் போடுவாளாம். கோடாங்கி போயி அவா தலைல பிச்ச முடிய அந்த மரத்துல ஆணிய வச்சு அரஞ்சுட்டு, அந்த மரத்துக்குக் குங்குமம், மஞ்சளு, பூ போட்டுட்டு வீராயிய கூட்டிட்டு வந்துருவானாம். திலும்பி வரும்போது வீராயிட்ட பேயி இருக்காதாம். எசக்கி அந்த மரத்துல போயி நின்னுக்கிருமாம். மறுநாளு கோடாங்கியோட நாலஞ்சு ஆம்பளைக போயி எசக்கி கேட்டபடிக்கு சின்ன மரக்கட்டுலு, தொட்டுலு சின்னப் புதுச் சொளகு, புதுச் சட்ட இதுகளக் கொண்டு போயி அந்த மரத்துல கெட்டித் தொங்க உட்டுட்டு வருவா, யாராச்சும் இந்தச் சாமானுகள எடுத்தா, எசக்கி அவுகளப் புடுச்சுக்கிருவாளாம்.

அங்னகுள்ள பொம்பளைக பேசுனத கேட்டுக்கிட்டே நாங்க வீட்டுக்கு வந்துட்டோம். "கோயிலு முடுஞ்ச பிள்ளக்காடெல்லாம் அப்பாதய வந்துருச்சுக; நீ எங்குட்டுப் போயிட்டு இப்ப வார?" எங்கம்ம கேட்டா. நாஞ் சும்மானாலும், "கோயிலு முடுஞ்சு ஏழாப்பு பிள்ளைகளச் சாமியாரு கோயிலு கூட்டச் சொன்னாரு, அதான் இம்புட்டு நேரம்," ஒரு பொய்யச் சொல்லித் தப்புச்சுகிட்டேன்.

மறுநாளு தெருவுல வீராயி கல்லுத் தூக்கிப் போட்டதப் பத்தி பேசிக்கிட்டாக. "இனி கம்மாக்கர வழியா சாமயாமஞ் சினிமாப் பாத்துட்டு வாரவுக ஒசாரா வரனும். அந்த மரத்துப் பாதைலதான் வரனும் போகனும்," பாட்டி சொன்னா.

நா அப்ப பாட்டிட்ட கேட்டேன். "எதுக்கு பாட்டி பொம்பளைகள மட்டும் பேயி புடிக்குது. ஒத்த ஆம்பளயக் கூட பேயி புடிக்க மாட்டேங்கி?"

"ஆம்பளைகள எப்பிடிப் புடிக்கும்? அவனுக நெஞ்சுல தகிரியமா இருப்பாகள்ள. பயந்தாத்தான பேயி புடிக்கும். பொம்பளைகதான பயந்தாங் கொள்ளிகளா இருக்காளுக."

"அது மட்டுமில்லத்த, பொம்பளைகளுக்குத்தான மாசாமாசம் தீட்டு வர்ரது. அது இருந்தாலே பேயி புடிக்குமாம். ஆம்பளைக்கு அப்பிடி இல்லைல." கொழந்தையம்மா சொன்னா இப்பிடி.

"அது என்ன எழவோ, அந்தப் பேய்க் கழுதைக்குக் கூட, நம்மன்னா ஒரு எளக்காரமாப் போயிட்டோம் பாத்துக்கோ," சிருச்சுக்கிட்டே சொல்லிட்டுப் போனா ராசம்மா.

“நீயெல்லாம் வெளாட்டுப் பாக்குல அந்த மரத்துச் செம போயிராதெ. போனாலும் அதுல கெட்டிக் கெடக்குற தொட்டுலு சொளக தூக்கியாந்துராதே. எசக்கி தொட்டானா லேசுல உடமாட்டா. அதுலயுங் கன்னி கழியாத கொமருகன்னா இந்தச் சென்மத்துல உடமாட்டா,” பாட்டி ஏங்கிட்ட சொல்லிட்டு, “இந்த தலயக் கொஞ்சம் பாருத்தா. பேனு அப்பிடிக் கடிக்குது,” சொல்லிக்கிட்டே கொண்டய அவுத்து உட்டு முடிய ஒதறிட்டு ஏம்முன்னாடி வந்து ஒக்காந்தா.

நானு தலவகுந்து பேனு பெறக்கிக் குடுத்தேன். பேனு பெறக்கும்போதே, “ஏம் பாட்டி தொட்டிலு, சொளகு வைக்காக. வேற சாமான் வச்சா என்ன?” இப்பிடிக் கேட்டேன்.

“எசக்கிக்கு மாத்ரம் தொட்டிலு, பொம்ம, சொளகு இப்பிடித் தான் வப்பாக. அவா அப்பிடித்தான் கேப்பா,” சொல்லிட்டு “ஒனக்கு எசக்கி கத தெரியுமாத்தா”ன்னு ஏங்கிட்ட கேட்டா. நாந் தெரியாதுன்னு சொல்லவும் அந்தத் கதய சொல்ல ஆரம்பிச்சா. கதகேக்குர ஆர்வத்துல நானு முன்னால போயி ஒக்காரவும், “நீ தல வகுந்துக்கிட்டே கேளு. நாஞ் சொல்றேன்”னு சொன்னா. நானுஞ் சரின்னுட்டு பேனு பெறக்கிக் கிட்டே கேட்டேன்.

“அந்தக் காலத்துல ஒரு ஊர்ல ஒரு தாய் தகப்பனுக்கு எட்டுப் பிள்ளைகப் பெறந்திருக்கு. மொத ஏழும் வருசயா ஆம்பளப் பிள்ளைக. எட்டாவது ஒரு பொம்பளப் பிள்ள பெறந்திருக்கு. ஏழு ஆம்பளைக்குப் பெறகு ஒரே ஒரு பொம்பள பெறக்கவும் தாயுந் தகப்பனும் அப்பிடி சந்தோசப்பட்டாகளாம். ஏழு அண்ணமார்களும் பொன்னே, பூவேன்னு அந்தப் பிள்ளய வளத்தாகளாம். அந்தப் பிள்ள பேருதான் எசக்கியம்மா. அவள வளத்து ஆளாக்கி நல்ல எடத்துல கெட்டிக் குடுக்கனும்னு ஆளாளுக்கு ஆசப்பட்டு தங்கச்சிய ஒரு ஈ எறும்பு கடிக்காமெ வளத்துருக்காக.”

“அப்ப அந்தக் காலத்துல பொம்பளப் பிள்ளன்னா மட்டமா நெனக்கலியாக்கும்?” நாங் கேட்டுட்டு பேனு பெறக்குரத உட்டுட்டு அவா முன்னாடி போயி ஒக்காந்தேன்.

“நீ பேனப் பெறக்குத்தா, நாங் கதய சொல்றேன்”னு சொல்லிட்டு தொயந்து பாட்டி சொன்னா. நானும் அரமனசா பேனு பெறக்கப் பின்னால போய் ஒக்காந்தேன்.

“என்ன கேட்ட . பொம்பளன்னா மட்டமுன்னா சொன்ன? அதெல்லாம் இந்தக் காலத்துலதான் அப்பிடி . அப்பயெல்லாம் ஆணுன்னாலுஞ் சரி, பொண்ணுன்னாலுஞ் சரி. பிள்ளன்னு

பெறந்துட்டாலே சந்தோசந்தான். பிள்ள இல்லாமெ மலடியாத்தான் இருக்கக்கூடாது."

சொல்லிட்டு செத்த நேரம் சும்மா இருந்த பெறகு எசக்கி கதய தொயந்து சொன்னா. "அண்ணம்மாருக அவளச் செல்லமா வளத்து ஆளாக்கிஉட அந்த முண்டைக்கு ராங்கித்தனம். போயும் போயும் வண்ணாப் பெயமேல ஆசவச்சுட்டா. இது எப்பிடியோ அண்ண மாருக்குத் தெருஞ்சு போச்சு. அவனுகளுக்கு வந்த வெளத்துக்கு அப்பிடியே அவளக் கண்டந்துண்டமா வெட்டிப் பெதச்சுரலாமான்னு இருந்துச்சு. அவளத் தனியாக் கூப்புட்டு ஆனமட்டும் புத்திமதி சொல்லிப் பாத்தாக. நல்லாப் பணக்கார மாப்பிளையாப் பாத்து கெட்டி வைக்கிறோம்னு எம்புட்டோ எடுத்துச் சொல்லி இருக்காக."

"அவா சரின்னு சொல்லிட்டாளாக்கும்?" நானு பொறுக்கமாட்டாமெ கேட்டேன்.

"பாதகத்தி மகா சரின்னு சொல்லி இருந்தாத்தான் பெரச்சனையே இல்லியே. 'நானு வாக்கப்பட்டா அவுகளுக்குத் தான் வாக்கப்படுவேன்', இப்பிடித் தெம்பாச் சொல்லவும், 'நாங்க உசுரோட இருக்குர வரைக்கும் அது நடக்காது'ன்னு அண்ணாங்காரனுக ஆவேசமா சொல்லிட்டுப் போயிட்டானுக."

"அவனுக போனப் பெறகு எசக்கி பல மாதிரி யோசன பண்ணுனா. கடேசில அண்ணனுக வீட்டுக்குத் திலும்பி வர்ரதுக்கு முன்னாடியே வீட்ட உட்டுப் போயிட்டா. எங்க போனாங்குற? நேரா... அந்த வண்ணாப் பெய வீட்டுக்குப் போயி வெவரத்தச் சொல்லி அழுதுருக்கா."

"ஒடனே அவெ என்ன செஞ்சுருக்காங்கற? எசக்கிய கூப்டுகிட்டு வேற ஊருக்கு ஓடிப் போயிட்டான். அங்க போயி அதுக பாட்டுக்கு அன்னாடம் வேல வெட்டி செஞ்சு சந்தோசமா குடும்பம் நடத்திக்கிட்டு இருந்துருக்குக."

"நீ மேல குருத ஏறாமெ பேனப் பெறக்கு தாயே. ஒடம்பே வலிக்குது." அதட்டிக்கிட்டு மேல சொல்லப் போனா.

"எட்ட மாட்டேங்கல பாட்டி, அதான் எவ்வி எவ்விப் பாக்க வேண்டி இருக்கு," நாஞ் சொல்லிட்டு பேனு பெறக்குத உட்டுட்டு எந்துருச்சு முன்னால போயி ஒக்காந்துக்கிட்டேன்.

சரின்னுட்டு பாட்டியும் முடிய ஒதறிக் கொண்ட போட்டுக் கிட்டே எசக்கி கதயச் சொன்னா.

"அந்த ஏழு அண்ணங்காரனுக என்ன அம்புட்டு லேசுப் பட்டவனுகனா நெனச்ச. எப்பிடிக் கூடியோ துப்புக் கண்டு புடுச்சு

எசக்கி இருக்குற லெக்க கண்டு புடுச்சுட்டானுக. இதுக்கெடையில எசக்கி முழுகாம நின்ருக்கா. அவா நெற மாத்தச் சூலியா இருக்கைல அண்ணங்காரனுக ரெண்டு பழங்கிழம் வாங்கிட்டு எசக்கி வீட்டுக்குப் போயிருக்கானுக."

பாட்டி இப்பிடிச் சொல்லிக்கிட்டு இருக்கைல எனக்கு மனசு படபடன்னு அடிக்கு. எசக்கிய என்னமுஞ் செஞ்சுருவாகளோன்னு தவியா தவிக்குது. "எசக்கிய அடுச்சுப் போட்டாகளாக்கும் பாட்டி,"ன்னு நானு ஆத்துரப்பட்டு கேக்கவும்,

"இவா ஒருத்திடி, 'ஆக்கப் பொறுத்தவா ஆறப்பொறுக்க மாட்டா'ங்குற கணக்குல, நாந்தான் சொல்லிக்கிட்டு வாராம்ல," பாட்டி நெதானமா சொல்லிட்டு கொட்டாவி உட்டுக்கிட்டே, "தல வகுந்ததுக்கு அதுக்குமா ஒறக்கம் கண்ணுக்குள்ள வந்து நிக்குது," சொல்லிக்கிட்டு முந்தாணிய எடுத்து கண்ணத் தொடச்சுக்கிட்டா.

"எசக்கிய என்ன பாட்டி செஞ்சாக? சொல்லிட்டு நீ ஒறங்கப்போ," நாஞ் சொன்னேன்.

"எடுத்த எடுப்புல அண்ணங்காரனுகள திடுதிப்புன்னு பாக்கவும் எசக்கிக்குச் சர்வ நாடியும் ஒடுங்கிப் போச்சு. பயத்துல வகுத்துல கெடந்த புள்ள அன்னியாரமே வெளிய வந்துருமோன்னு இருக்கு. அவா புருசனும் அஞ்சி ஒடுங்கி நின்னுருக்கான். வந்தவுகள வாங்கன்னு கூட சொல்லத் தோணாம ரெண்டு பேரும் பேயறஞ்சது கெணக்கா நிக்கவும் அண்ணங்காரனுகளே பேசிருக்கானுக."

"எசக்கி, என்னம்மா அப்பிடி நின்னுட்டே? என்ன இருந்தாலும், ஒனிய கெணக்கா கல்லு மனசா எங்களுக்கு இருக்க முடியல. நீ வீட்ட உட்டு வந்ததுல இருந்து எங்களுக்கு மனசே ஒடஞ்சு போச்சு. நாங்களும் அங்ன இங்ன வெசாரிச்சுக்கிட்டேதான் இருந்தோம். பாவம், செல்லமா வளந்த நீயி எங்ன போயி என்ன கஸ்டப்படுறியோன்னு தெனமும் நெனைக்காத நேரமில்ல. கடேசியா இப்பத்தான் தெருஞ்சது, நீ இந்த ஊர்ல இருக்கன்னு. எங்களுக்கு மருமகனோ, மருமகளோ பெறக்கப்போறது கண்டு எங்களுக்கு எம்புட்டுச் சந்தோசமா இருக்கு தெரியுமா? ஆனது ஆகிப் போச்சு. ஒஞ்சந்தோசந்தான் எங்களுக்கு முக்கியம்." இப்பிடி என்னத்தென்னத்தையோ சொல்லிட்டு தலப் பெரவசத்த தாயி வீட்லதான் வைக்கனும்னு சொல்லி ஏமாத்திப் பெறக்கி எசக்கிய கூட்டியாந்துட்டாக.

"அந்தப் பாவி முண்ட எசக்கியும் அவுக பேச்ச நம்பி அம்புட்டுச் சந்தோசமா பெறப்டு வந்துட்டா. அவா புருசனுக்கு மட்டும் மனசுல

கடுகளவும் சம்மதமில்ல. பயந்துக்கிட்டே தான் அனுப்பி இருக்கான். அவா பெறப்படயிலயே கெவுளி அடுச்சுருக்கு. என்னமோ ஏடா கூடமா நடக்கப்போகுதுன்னு கெவுளிச் சத்தங் கேட்டதுமே நெனச்சுருக்கான்" பாட்டி இதச் சொல்லும்போதே அவா கொரலே கரகரத்துப் போச்சு. எனக்கும் அழுக வார மாதிரி இருந்துச்சு. பெறகு செருமிக்கிட்டு பாட்டி மேல சொன்னா.

"எசக்கிய கூப்டுகிட்டு போன சண்டாளப் பெயல்க அவள வீட்டுக்குக் கூட்டிக்கிட்டுப் போகல. நேரா மலங்காட்டுச் செம கொண்டுக்கிட்டுப் போயிருக்கானுக. நம்ம இவனுகள நம்பி மோசம் போயிட்டாமேன்னு எசக்கி அழுதுக்கிட்டு திமிறிட்டு தப்பிச்சுட்டு ஓடியார மொயற்சி செஞ்சுருக்க. ஏழு ஆம்பளைகளுக்குள்ள இவா ஒருத்தி என்ன செய்ய முடியும். வெளில யாருக்குந் தெரியாமெ இருக்கனும்னு நல்ல கூண்டு வண்டிக்குள்ள இவள வச்சு வாயில துணிய வச்சு அடச்சு, கையக் காலக் கெட்டி, மலங்காட்டுச் செம கூட்டிக்கிட்டுப் போயிட்டானுக."

"மலங்காட்ல ஆளுக யாருமே இல்லியா பாட்டி?"

"இங்ன எதுப்பத்துலன்னா ஆடுமாடு மேச்சுக்கிட்டு இருப்பானுக. ஆனா இவனுக மலங்காட்லயே ரொம்பத் தொலவட்டுக்குக் கொண்டுட்டுப் போயிட்டானுக. அங்குட்டெல்லாம் மனுசமக்க நடமாட்டம் சாஸ்தி இருக்காது. ஆன, புலி சிங்கம் இப்பிடி மிருகங்கதான் இருக்கும். அங்க போயி அந்தப் பிள்ளய வண்டிலருந்து எறக்கி, நெறமாத்துச் சூலின்னு கூடப் பாக்காமெ, வீச்சறுவாளக் கொண்டி ஒரே வெட்டுல தல வேற ஒடம்பு வேறன்னு வெட்டிப் போட்டுட்டானுக. வகுத்தக் கீறிப் பிள்ளயும் எடுத்து அதயுங் கொதவளையத் திருகிக் கொன்னு போட்டுட்டு வீட்டுக்குப் போயிட்டானுக. இத எப்பிடியோ மலையடிவாரத்துல ஆடு மேச்சுக்கிட்டு இருந்தவனுக பாத்துட்டுப் போயி வண்ணாப் பெயகிட்ட சொல்லிட்டாக. அதக் கேட்டதுலருந்து அவெ வாயுல வகுத்துல அடுச்சு அழுதுட்டு அப்பிடியே கிறுக்குப் புடுச்சுப் போயி அந்த மலங்காட்டுச் செம 'எசக்கி, ஏமா எசக்கி'ன்னு சொல்லிக்கிட்டே அலஞ்சுருக்கான். பெறகு என்ன ஆனான்னு யாருக்குந் தெரியல. பிலிகிலி அடுச்சுத் தின்னுருக்கும்.'

இதுக்குப் பெறகு பாட்டியும் ஒன்னும் பேசல. நானும் கம்முன்னு ஒக்காந்துருந்தேன்.

கொஞ்சம் நேரங் கழுச்சு பாட்டி சொன்னா, "அதுல இருந்து எசக்கிப் பேயா அலையுரா. தஞ்சாவு சாகாமெ, வெட்டுப்பட்டுச் செத்தாள்ள. அதுலயும் நெறமாத்தச் சூலியாச் செத்தாளா, அதான் அந்தப் பிள்ள ஆவுகத்துலயே அலைவா. அவா யாரப் புடுச்சாலும் தொட்டிலு,

பொம்மை, சொளகு இப்பிடித்தான் கேப்பா." பாட்டி சொல்லி முடுச்சுட்டு எந்துருச்சுப் போயிட்டா. நானும் வீட்டுக்குப் போயிட்டேன். எசக்கிக் கதய நெனச்சுக்கிட்டே படுத்துருந்த நானு, அப்பிடியே ஒறங்கிப் போயிட்டேன்.

எங்க தெருவுகள்ள பேய்களப் பத்தி நெறய்யாப் பேசுவாக. தஞ்சாவு சாகாமெ, தற்கொல செஞ்சுக்கிட்டாலும், வண்டிகிண்டில அடிபட்டுச் செத்தாலும் வெட்டுப்பட்டுச் செத்தாலும், அந்த ஆவிக பேயா அலயுமாம். இது தவுர மேற்க முனி இருக்குதாம். ஊருக்கு மேற்க இருக்குற பெரிய ஆலமரத்துல முனி இருக்கு. மரத்துத் தூர்ல ஏழு அண்டாப் பணத்தப் பெதச்சு வச்சுக்கிட்டு காவக் காத்துக்கிட்டு இருக்குதாம். வடக்கே என்னமோ ஐயங்காச்சிப் படைக அலையுதாம். சிறுசும் பெருமா பேய்க தீப்பந்தங்களோட கூட்டமா அலயுமாம். கேக்கவே புல்லரிக்கும்.

இந்த ஐயங்காச்சிப் படைகளப் பத்தி எங்க தெருவுகள்ள ஒரு கத சொல்வாக. இந்தக் கதயக் கூட எங்க பாட்டி வெள்ளையம்மாதான் எனக்குச் சொன்னா.

"எந்த ஊர்லயோ, ஒரு பொம்பள பக்கத்து வீட்டுப் பொம்பளைட்ட போயி, "ஏ மதினி, நாளைக்கு ஏங் கொழுந்தனுக்குக் கலியாணம். போட்டுட்டுப் போக நக இல்ல. ஏம் பாம்படத்தக் கொண்டு போயி அடவு போட்டாக எங்க வீட்ல. வெறுங்க காதா எப்பிடிப் போறது? நம்ம ஊருக்குள்ளனாக் கூட தேவல. இது மருதப் பக்கத்துல ஒரு ஊரு. நாலு சாதி சனம் வர்ர எடம். ஓ நகயக் குடு போயிட்டு வந்த ஒடனே பத்தரமா திருப்பிக் குடுத்துர்ரேன்," இப்பிடிக் கேட்ருக்கா.

யோசிக்காமக் கொள்ளாம அந்த முண்ட வெள்ளிக் கெழம அதுவுமா, அதுவும் மசங்குனப் பெறகு போயி நகயக் கேட்ருக்கா. நகக்காரி சொல்லிட்டா, "வெள்ளிக் கெழமயும் அதுவுமா வெளக்கு வச்சப் பெறகு எப்படி நகயக் குடுககுறது? நீயி கொஞ்சம் வெள்ளனத்துல வந்து வாங்கிருக்கப் படதா? சரி, நீ என்ன மருத வண்டிக்குத்தான போவ? நீ அதுக்கு முன்னால விடியக்கருக்கல்ல வந்து நகய வாங்கிட்டுப் போயிரு."

இவளுக ரெண்டு பேரும் பராபத்தியாப் பேசிட்டுப் படுக்கப் போயிட்டாளுக. ஆனா மசங்குன நேரங்குறதுனால இந்தப் பேய்க் கண்டாரளிக இவளுக பேசுன பேச்சக் கேட்டுக்கிருச்சுக. பேயிக வந்து ஆவிகதான். நம்ம கண்ணுக்குத் தட்டுப்படாமெ அலையுங்களாம். நடுச்சாமம் பன்னண்டு மணி இருக்குமாம். இந்த ஐயங்காச்சிப் படைக்குத் தலைவரா இருக்குற பேயி பக்கத்து வீட்டுப் பொம்பள கெணக்கா வேசம் போட்டுக்கிட்டு நகக்காரி வீட்டுக் கதவப் போயி தட்டி இருக்கு. பேயிக எந்த ரூவத்துலயும் வருமாம்.

“மதினி, நேரமாச்சு; அந்த நகயக் குடுக்கீகளா?” பேயி பக்கத்து வீட்டு பொம்பள கெணக்காவே பேசி இருக்கு, ஒடனே அவா எந்துருச்சு வந்து ஒறக்கச் சடவோடயே நகயக் கொண்டாந்து குடுத்துருக்கா. பேயும் நகய வாங்கிக்கிட்டு காட்டுச் செம அதுக எல்லைக்குள்ள போயி ஒவ்வொரு பேய்க்கா நகயப்போட்டு போட்டுப் பாத்து கும்மி அடுச்சுக்குட்டு ஆடிக் கும்மாளம் போட்டுக்கட்டு இருந்துருக்குக.

கோழி கூப்ட்ற நேரத்துல பக்கத்து வீட்டுக்காரி சீலயக் கீலயக் கெட்டிக்கிட்டு வந்து நகயக் கேட்டுருக்கா. ரெண்டு பேருக்கும் சண்டக்காடு நாறிப்போச்சாம். ராத்திரி வந்து நகய வாங்கிட்டுப் போயிட்டு விடியங் காட்டிவந்து வாங்கலன்னு அழிச்சாட்டியம் பண்றா. வாங்காதது கெணக்கா நகய கேக்கான்னு சொல்லிக்கிட்டு பச்ச பச்சயா அப்பிடிக் கிழிச்சாளாம்.

பக்கத்து வீட்டுக்காரியும், “இம்புட்டு ஏமாத்துக்காரிய நாம் பாக்கல சாமி. தொட்டாலேப் பலிகுடு பாண்டித் தேவான்னு சொல்வாகளாம். அது கெணக்கா இவா இந்தப் போடு போடுறா. நக கேட்ட தோசத்துக்கு இவாட்ட இந்தப் பேச்சு வாங்க வேண்டி இருக்கு. நடுச்சாமத்துல வந்து நகய வாங்கிட்டுப் போனம்னு வாய் கூசாமெ புளுகித் தள்ளுரா பாரு. புழுத்தள்ளித்தான் சாவா இவா,” இப்பிடி ரெண்டு பேரும் மாறிமாறி வஞ்சுக்கிட்டு சண்ட போட்டுக்கிட்டு இருந்தாளுக.

நகக்காரியோட புருசன், “எதுக்கு நகயக் குடுத்தன்னு” அவளப் போட்டு அடிக்கான். பக்கத்து வீட்டுக்காரியோட புருசன் “எதுக்கு ஓசி வாங்கப் போனன்னு” அவளப் போட்டு அடிக்கான். அடி வாங்க வாங்க ரெண்டு பொம்பளைகளும் ஆக்ரோசமா கத்த ஊரே கேடு நாடே கேடுன்னு ஆகிப் போயி அந்தத் தெருவே கூட்டமா நின்னு வேடிக்க பாக்குது.

இதுக்கெடயில, ராத்திரி தண்ணி பாச்ச போயிருந்த அந்தத் தெரு ஆளு ஒருத்தரு மம்பிட்டியுங் கையுமா வீட்டுக்குத் திரும்பி வந்துக் கிட்டுருந்தாரு. இவளுக எந்த நகைக்காகச் சண்ட போட்டுக்கிட்டு இருந்தாளுகளோ, அந்த நக அவரு கைல இருக்குது. அதப் பாத்ததும் ரெண்டு பேரும் கப்சிப்புன்னு ஆயிட்டாளுக. அங்ன கூடி நின்ன அம்புட்டுச் சனமும் தெறந்த வாயி மூடாமெ அந்த அண்ணாச்சியவே பாத்தாக. அவரு வந்து நடந்த வெசயத்த வெலாவாரியா பிட்டு பிட்டு வைக்க, அம்புட்டுச் சனமும் மூக்கு மேல வெரல வச்சுக் கேட்டுச்சுக.

“அட மடப்பெயமக்கா, நீங்க ரெண்டு பேரும் அனாவசியமா இங்க சண்ட போட்டுக்கிட்டுக் கெடக்கீக. அங்ன என்னடான்னா, இந்த நகய வச்சுக்கிட்டு ஐயங்காச்சிப் படைக ஆடிக்கிட்டு கெடக்குதுக.

இதக் கேட்டதும் சக்திமுத்தா, அதான் நகய குடுத்தவா, "நா இவாகிட்ட குடுத்த நக எப்பிடி பேய்க்கழுத கைல சிக்குச்சு," நம்ப மாட்டாம கேட்டா.

சக்திமுத்தாளுக்கும் நக கேட்டுப் போன பக்கத்து வீட்டுக் காரிக்கும் என்ன் நடந்துச்சுன்னு தீர விசாரிச்சுட்டு ஒன்னு ஒன்னும் ரெண்டுன்னு கரெக்டாச் சொல்லிப்புட்டாரு அந்த அண்ணாச்சி.

"அந்த அண்ணாச்சிக்கு எப்பிடிக் கரெக்டா தெரியும் பாட்டி,"ன்னு நாங் கேட்டேன்.

பாட்டி குறுஞ்சிரிப்பா சிருச்சுக்கிட்டு, "இந்தப் பெயமக்க மசங்குன நேரத்துல பேசிக்கிட்டத ஐயங்காச்சிப்படைல ஒரு கழுத கேட்டுக்கிட்டு இருந்துட்டு நடுக்குடுச் சாமத்துல பக்கத்து வீட்டுக்காரி ரூவத்துலபோயி சக்தி முத்தாட்ட நகய கேட்டுருக்கு. அவளும் ஒறக்கச் சடவுல எந்துருச்சு விடுஞ்சு தான் போச்சுன்னு வந்து நகயக்கொண்டு போயி பேய்க்கழுத யிட்ட குடுத்துட்டா. குடுத்த சிறுக்கி முண்ட வந்த கழுதைக்குக் காலு இருக்கான்னு பாத்துருந்தா சுதாருச்சுருந்துப்பா."

"எப்பிடி?" நாங் கேட்டேன்.

"பேய்க்கழுதைகளுக்குத்தான் காலு இருக்காதே. அருவியாத்தான நிக்கும்" பாட்டி இப்பிடிச் சொல்லவும் எனக்கு ஒன்னும் வெளங்கல. ஆனாலும் மேக்கொண்டு என்னாச்சுன்னு தெரியனும்னு ஒன்னுங் கேட்டுக்கல.

"நகய வாங்கிட்டுப் போனப் பெசாசுக் கழுத காட்டுச் செம போயி ஒரோரு பேய்க்கா நகய போட்டு அழகு பாத்துருக்கு, பேய்க் கண்டாரளிக்குக் கூட எம்புட்டு ஆசைன்னு பாத்துக்கோ," சொல்லிட்டு பாட்டி பொக்கவாயக் கொண்டி அழகா சிருச்சா. நானுஞ் சிருச்சுக்கிட்டேன்.

"அந்நியாரம் பாத்து இந்த அண்ணாச்சி வயக்காட்ல தண்ணியப் பாச்சிட்டு வந்துருக்காரு. என்னடா எழவு இங்னக்குள்ள ஒரே கூத்துஞ் சத்தமுமாக் கேக்குதேன்னு சொதாருச்சுக்கிட்டு கைல இருந்த பேட்ரிக் கட்டயக் கொண்டி வெளிச்சத்த அடுச்சுப் பாத்துருக்காரு. பாத்தா, அவரு வகுத்துல கெடந்த கட்டிப் பீயெல்லாங் கரஞ்சு போயி பயத்துல ஒடம்பு சில்லுட்டுப் போச்சாம்."

பாட்டி சொன்னதைக் கேட்டுக்கிட்டு இருந்த எனக்கும் அடி வகுத்த கலக்குர மாறி இருந்துச்சு. பயத்துல வெரச்சுப் போயி நாங் கேட்டுக்கிட்டு இருந்தேன்.

"பாத்தவரு சட்டுன்னு நெதானுச்சு யோசுச்சிருக்காரு. மேல போட்டுருந்த வேட்டி துண்ட அவுத்து வச்சுட்டு, இடுப்புல கெடந்த அண்ணாக் கவுத்தக் கூட அறுத்துப் போட்டுட்டு முண்டக்கட்டையா இவரும் போயி பேய்க் கூட்டத்தோட கூட்டமா ஆடிருக்காரு."

"அவளுக பேய்க்கழுதைகளுக்கு பாட்டு ஒரு கேடு. என்ன சொல்லி ஆடிருக்குதுங்குற? 'யே,... சக்தி முத்தா குடுத்த நகைய அண்ணனுக்குப் போடுங்க நல்லா இருக்கு. யே... தம்பிக்குப் போடுங்க நல்லா இருக்கு' இப்பிடிச் சொல்லிக்கிட்டு நகய ஒருத்தர் மாத்தி ஒருத்தரு போட்டுக் கிட்டு ஆடவும், இந்த அண்ணாச்சிக்கும் போட்டு உட்டுருக்குதுங்க, நகய கைப்பத்துனாரோ இல்லியோ, அந்தானைக்கு பக்கத்துல போட்டுருந்த மம்பிட்டிய எடுத்து ஐயங்காச்சிப் படைக பொச்சுல இறுத்திருக்காரு. வச்ச வப்புல அம்புட்டும் மாயமா மறைஞ்சு போச்சாம். மம்பிட்டி இரும்பு பாத்தியா. இரும்புக்குப் பேய்க்கழுதைக பயப்படும்."

"பெறகு துணிமணிகள எடுத்துக் கெட்டிக்கிட்டு வந்து சக்தி முத்தாட்ட நகயத் திலுப்பிக் குடுத்துருக்காரு. மறுநாளு அங்குட்டுக் கூடி வேல வெட்டிக்குப் போனவளுக வந்து சொன்னாளுகளாம். அந்த அண்ணாச்சி பெசாசுகள அடுச்ச லெக்குல பத்து பன்னெண்டு கரட்டாண்டிகளா செத்து வெரச்சுப் போயி கெடந்துச்சுகளாம். நாஞ் சொல்லல, பெசாசு எந்த ரூவமும் எடுக்குமுன்னு."

"அதுல இருந்து பாத்துக்கோ மசங்குனப் பெறகு பெலக்கா எதையுஞ் சொல்லக் கூடாது. எனிய உசுப்பு, ஒனிய உசுப்பு, இப்ப வாரேன் அப்ப வாரேன்னு ஒரக்கச் சொல்லக் கூடாது. ஒறக்கத்துல யாரும் உசுப்புனாலும் மொதல்ல காலு இருக்கான்னு பாத்துரனும்," பாட்டி இப்பிடிச் சொல்லவும் நாங்க சின்னப் பிள்ளைக ஒருத்தருக் கொருத்தரு காலப் பூசைக்கு வந்து உசுப்பி உடக்கூட. சொல்ல மாட்டோம். பேயி வந்து உசுப்பிக் கொண்டுக்கிட்டு போயிரும்னு பயந்தான்.

மறுதடவ மனச்சிப் பிள்ள பேயாடும்போது கூட நாம் போயி பாக்கப் போகல. பாட்டி சொன்ன கதைல, ஆம்பளன்னா தைரியமா பேயக்கூட அடிக்கான்; பொம்பளன்னா பேயி ஈசியா புடிக்குதேன்னு நெனைக்கேன். பொம்பளகள்ளயும் இந்த மேகலக்குடி பொம்பளைகள பேயி புடுச்சு ஆடுனதா நாங்க கேள்விப்பட்டதே இல்ல. பேயி பூராம் இந்த பள்ளக்குடி, பறக்குடி, சக்கிலியக்குடி, கொறக்குடி பொம்பளை களத்தான் புடிக்குதுக.

எங்கம்மயிட்ட ஒருநாளு இதப்பத்திக் கேட்டதுக்கு, "நம்ம பொம்பளைகதான காடுகரைகளுக்கு வேல வெட்டிக்குப் போறாளுக. பேய்க்கழுதைக காட்டு மாட்டுச் செமதான அலயும். சுத்தம்பத்தம்

இல்லாம காடுகரைகள்ள போம்போது பேயி புடிக்கும். தீட்டுக்கலக்கோட போயி பயந்துட்டா பேயி ஒடனே புடிக்கும். மேகலக்குடி பொம்பளைகளும் நம்மள மாதிரி வேல வெட்டிக்குப் போனா பேயி அவுகளயுந்தான் புடிக்கும். பேய்க்கழுதைக்கு யாருன்னா என்ன? ஆம்பளைகள மட்டும் புடிக்காது. ஏன்னா ஆம்பளைகளுக்கு நெஞ்சுல தைரியம் இருக்குல்ல. பொம்பளைகள்ள கூட பயப்படாமெ துணுஞ்சு போறவளுகள பேயி புடிக்காதே," இப்பிடின்னு எங்கம்ம சொன்னா.

எனக்கு வெவரந் தெரியத் தெரிய நெசத்துக்கு பேயி இருக்கான்னு நெனச்சேன். எப்பிடி வந்து பேயி பொம்பள மாதிரி வேசம் போட்டு நகய வாங்கும்னு யோசனயா இருந்துச்சு. சும்மா கதைக்குத்தான் பாட்டி அப்பிடி சொல்லிருப்பான்னு நெனச்சுக்கிட்டேன்.

பேயிகூட ஆம்பளைக்குப் பயப்படும் பொறுக்கோன்னு நெனச்சேன். அப்ப ஆம்பளன்னா எல்லாக் கழுதையும் பயப்படுமோன்னு வேற சந்தேகமா இருந்துச்சு. எங்கம்ம சொன்னது கெணக்கா, நெஞ்சுல தைரியமிருந்தா பயமில்லாமெ இருக்கலாம். பேய்க்கு மட்டுமில்ல, ஆம்பளைகளுக்கும் நம்ப பயப்படாமெ இருக்கலாம். இருட்டக் கண்டா பயம், ஒத்தயில போக வர பயம், இப்பிடி எங்குட்டுப் பாத்தாலும் பயங்காட்டித்தான் வைக்காக.

அதுலயும் பொம்பளப் பிள்ளைக சடங்காயிட்டாப்போதும். என்னத்தென்னத்தையோ சொல்லி அவுக நடமாட்டத்தக் கட்டுப் படுத்துராக. நம்மளும் பயந்து போயி மெரண்டு மெரண்டு முழுச்சுக் கிட்டு, எல்லாத்துக்கும் அச்சப்பட்டு நடுங்கிச் சாகுரோம். அரண்டவங் கண்ணுக்கு இருண்டதெல்லாம் பேயின்னு சும்மாவா சொன்னாக. நெஞ்சுல துணிவு இல்லாட்டி நம்ம சக்திபூராம் எழந்து ஒரு பெரயோசனமும் இல்லாமப் போவோம். துணிச்சலா இருந்தம்னா எதையுஞ் சாதிக்கலாம்.

வெவரந் தெரியத் தெரிய இந்தப் பேயி பெசாசு எல்லாம் சும்மானாச்சுக்கும்னு தெருஞ்சுக்கிட்டேன். ஆனா எதுக்குப் பொம்பளை கள மட்டும், அதுலயும் தலித்துப் பொம்பளைகள மட்டும் பேயி புடிக்குதுன்னு நெனச்சுப் பாத்தேன்.

எங்க பொம்பளைக வாழ்க்கையப் பாக்கையில, இதுக்கு என்ன காரணமுன்னு தெரியுது. விடியங்காட்டி எந்துருச்சதுல இருந்து வீட்ல வேல, பெறகு காட்ல வேல, வீட்ல புருசம் பிள்ளைகளோட புடுங்கலு, காட்ல சம்மசாரிகளோட இம்ச, பயம், குறுக்கொடிர வேல. பெறகு மசங்குனப் பெறகு வீட்டுக்கு வந்தப் பெறகும் மூச்ச உடக் கூட நேரமில்லாத வேல. தண்ணி பாத்து, வெறகு பாத்து கஞ்சி காச்சி, புருசம் பிள்ளைக பசி ஆத்திட்டு நிம்மதியாப் படுத்தோம், எந்துருச்சோம்னு இல்ல.

ரவைக்கு ரவைக்குப் புருசங்காரன் இஸ்டத்துக்குக் கட்டுப்பட்டே ஆகனும். ஒடம்பு ரணவலி வலுச்சாலும் அவனுக்கு அவெஞ் சந்தோசந் தான் முக்கியம். இந்த வெறுப்பு, சலிப்பு, களைப்பு எல்லாஞ் சேந்து, பொம்பளைகள ஒரேடியா அமுக்கிப் போடுது. அதுனால கொஞ்சந் தெம்புக்காரிகன்னா எப்பிடியோ சமாளுச்சு காலத்த ஓட்டிராளுக. மனசுல தெம்பு இல்லாவள்க அந்தானிக்க அமுங்கிப் போயி, மனசு கோளாறு ஆகி இப்பிடி பேயி புடுச்சு ஆடுற மாதிரி ஆகிப் போறாளுக.

எங்க ஆம்பளைகளுக்கும் இந்தப்பாடு கெடையாது. கடுமயா ஒழச்சாலும், அவுகளுக்குன்னுச் சொதந்தரம் இருக்கு. பொம்பள பிள்ளைகள அடக்கி ஆண்டுச் சொகங் கண்டுக்கிரானுக. வீட்ல அவனுக வச்சதுதாஞ் சட்டம்; அவெஞ் சொன்னதுதான் வேதவாக்கு.

இந்த நெலமய ஓணந்துக்கிட்டு நம்ம இன்னும் பேயி பெசாசுன்னு ஆடிக்கிட்டு நம்மளயே ஏமாத்திக்கிட்டு இருக்கக் கூடாது. நம்மளும் தெம்பா இருக்கனும். ஒரு ஆக்ரோசத்தோட சொதந்தரமா வாழனும்னு வைராக்கியத்தோட வாழ்ந்து காட்டனும். மனசுல நொடுச்சுப் போயி, நம்ம தல எழுத்து அம்புட்டுத்தாம்னு சோந்து போயிராமெ, சொணங்கிப் போயிராமெ, நம்ம ஒடம்புல வலு இருக்குந்தட்டிக்கும் ஓழைக்குரது கெணக்கா, மனசயும் வலுவாக்கி வாழனும்னு நானு நெனச்சுக்கிட்டேன்.

6

எங்க பாட்டி வயசான காலத்திலயும் வேலவெட்டிக்குப் போயிக் கிட்டுருந்தா. ஒருத்தி ஒத்தையா இருந்து வயசான காலத்துலயும் வெறகு பாத்து, சுள்ளி பாத்து தனி ஒல வச்சு காச்சிக் குடுச்சா. அவா சூடக் கருவாடு போட்டுக் கொழம்பு வச்சா அம்புட்டு ருசியா இருக்கும். பல்லு இல்லன்னாக்கூட நாயித்துக் கெழம மாடு அடுச்சாகன்னா, கொடலு குந்தாணியக் கூட வாங்கிக் கொழம்பு வப்பா. கறிக் கொழம்பு வச்சான்னா போணில கொஞ்சம் ஊத்தி எங்களுக்குக் கொண்டாந்து குடுப்பா.

அப்பிடித்தான் ஒருநாளு நானு பாட்டி வீட்ல ஒக்காந்து கேப்பக் களியும் மாட்டுக் கொடலுக் கொழம்பும் தின்னுக்கிட்டு இருந்தேன். அந்நியாரம் மரியம்மா அங்க வந்தா. அவா வகுத்துப் பிள்ளக்காரின்னு பாட்டிதான் களி திங்க வரச் சொன்னாளாம். அவளுக்குங் களியப் போட்டுக் குடுத்தா பாட்டி. நாங்க தின்னுக்கிட்டு இருக்கும் போதே மேலத்தெரு சடச்சிப் பிள்ள வந்து,

"ஏத்தா மரியம்மா, நீ இங்கயா இருக்க. நானு ஒனியத் தேடிக்கிட்டு ஒங்க வீட்டுச்செம போயிட்டு வாரேன்," சொல்லிக்கிட்டே திருணயில ஒக்காந்தா.

"எதுக்குக்கா எனியத் தேடுன?" மரியம்மா கேக்கவும், "ஏத்தா சங்கதியக் கேட்டியா? அவா ராக்கம்மா பிள்ளைக்கும் அவா புருசனுக்கும் சண்டக்காடு நாறிப் போச்சு. தெருவே கூகொல்லோன்னு அலையுது;" சடச்சி சொல்லவும்,

"எந்த ராக்கம்மா பிள்ள?"

"அதாம்தா ஓங்கலியாணத்தன்னைக்குத் தாலி கெட்டி வர்ல? அதான் அந்த குப்பச்சிபட்டிக்காரி. சடச்சி எனமாச் சொல்லவும், பாட்டி சொன்னா, "அந்தக் கழுதைக என்னைக்குத்தான் சண்ட சச்சரவு இல்லாம இருந்துச்சுக. ஆனாலும் அந்தப் பெய பாக்கியராசுக்கு இம்புட்டு இடும்பு கூடாது. ஒரு நாளூ பாக்கி இல்லாமெ குடுச்சுப் போட்டு வந்து அவளப் படுத்துர பாடு! அவளாங் காட்டி அவெங் கூட இருந்து வாழ்க்க நடத்துரா. ஏங் கூட்டாளிக்கு வாக்கப்பட்ட மூனா நாளே ஓடியாந்துருப்பேன்."

"ராக்கம்மாப் பிள்ளய லேசுப்பட்டவள்னா நெனைக்க? நீ கூட இருந்து பாத்தின்னா தெரியும். நானு அவுக வீட்டுக்கு எதுத்த வீடு தான. தெனமும் ரகள தான்," கடச்சி சொல்லிக்கிட்டே மரியம்மா பெளேட்டுல இருந்து இத்தினிக் களியெடுத்து வாயுல போட்டா.

நானு வேக வேகமா தின்னுட்டு சண்டயப் பார்க்கனும்னு ஓடுனேன். பாக்கியராசு கண்ட மாணிக்க பச்ச பச்சயா வஞ்சுக்கிட்டு அடிக்கப் போறான். ராக்கம்மாவும் பதிலுக்குப் பதிலு வஞ்சா. அவெங் கையி மேலு படமுன்ன "ஐயய்யோ எம்மா, எனிய கொல்ரானே சண்டாளப் பெய கட்டைல போறவன், அதக் கரும்பி இதக் கரும்பி, கொள்ளக் கரும்பி, கொழலக் கரும்பி" இப்பிடி கத்திக் கத்தி வஞ்சா.

"அவா கண்டாரளி அடிக்கமுன்ன அலர்ரதப் பாரு, வாயப் போடுடி ங்கோத்தா. இல்லன்னா வகுத்துல மிதிக்குற மிதில எரப்ப செதறனும் ங்கொம்மாக்..." இப்பிடி வையவும் ராக்கம்மா சும்மா உடல.

"எங்கடா, எத்துடா நீயி பாப்பம். எத்து நீ சரியான ஆம்பளன்னா எத்திரு பாப்பம். பொம்பள இதக் கடிக்கத்தான வருவ. ஒமுட்டு ஆம்பளைகட்ட போயி சண்ட போடு. சூத்துல அணப்புப் பட்டு வருவ. எத்துர மொகரயும் மூஞ்சியும் பாரு; தூ..."ன்னு துப்புக்களுச்சா.

பாக்கியராசுக்குக் கோவம் இன்ன மட்டுமின்னுல்ல. "அவா பொம்பள கெணக்காவா பேசுரா. தட்டுக்கெட்ட முண்ட . ஓ ராங்கியெல்லாம்

குப்பச்சிபட்டியோட வச்சுக்கோ. இங்க காட்டுன ஒற்றே மிதிலே சதம்பிப் போகும் சதம்பி நாவகம் வச்சுக்கோ," கோவமா சொல்லிட்டு வந்ததே சரின்னு ராக்கம்மா முடியப் புடுச்சு இழுத்துப் போட்டு அடி வகுத்துல பாத்து ஒரு எத்து எத்திப் போட்டான்.

எத்து வாங்குனப் பெறகு ராக்கம்மா எந்துருச்சு சத்தம் போட்டு அலறுனா. கெட்ட கெட்ட வாத்தயா வஞ்சுக்கிட்டு மண்ண வாரித் தூத்துனா. "ஓடியாந்து மிதிக்க நீயி, சாதி கெட்ட பெய... ஒங்கைல குட்டம் பத்த, முடியவாடா புடுச்சு இழுக்க? மொன்னமாறிப் பெயலே. பொம்பளக் குசுவக் குடிக்குற பொண்டுகப் பெயலே. தெனமுஞ் சாராயங் குடிக்குதுக்கு ஏம்மகன் மோத்தரத்தக் குடி . ஏந் தூமையக் குடி" சொல்லிக்கிட்டே அம்புட்டுப் பேருக்கு முன்னால சீலயத்தூக்கிக் காட்டுரா.

அந்தாணிக்க பாக்கியராசு வஞ்சுக்கிட்டே போயிட்டான். அங்ன இருந்த பொம்பளைகள்ளாம், "இவா என்ன மனுசிதானா? அந்தச் சின்னய்யன், முடியப்பன், வாத்தியாரு, அண்ணந்தம்பிகள்ளாம் நிக்காக. அவா பாட்டுக்குச் சீலயத் தூக்கிக் காட்டுரா. வெக்கங் கெட்ட கழுத. படுச்ச பிள்ளைக வந்துக்கிட்டும் போய்க்கிட்டும் இருக்குதுக. இப்பிடி அடங்காத லண்டியா இருக்காளே," ஆளாளுக்கு வஞ்சாக.

ஒடனே ராக்கம்மா சொல்றா; நீங்க ஒங்க சோலி மயித்தப் பாத்துட்டுப் போங்க. தெனமும் அடிவாங்கிச் சாகுர எனக்குல தெரியும். இவன இப்பிடித்தான் வழிக்குக் கொண்டு வரனும். இல்லின்னா இந்நியாரம் ஏம் மண்டயப் பேத்துருப்பான் எடுவட்ட பெய."

ராக்கம்மா செஞ்சதப் பாத்துட்டு எனக்கும் மொதல்ல சீ, என்ன இந்தப் பொம்பள இப்பிடிக் காட்டுரான்னு இருந்தாலும், அவா இப்பிடியெல்லாம் வஞ்சு அலறி கத்துனப் பெறகுதான் பாக்கியராசு அடிய உட்டுட்டுப் போனதப் பாத்தா, அவெங் கிட்டருந்து தப்பிக்கத்தான் இவா இப்பிடிச் செய்ரான்னு நெனச்சுக்கிட்டேன்.

இது மாறி புருசம் பொண்டாட்டி சண்டைக தெனமும் எங்க தெருவுகள்ள நடக்கும். அப்பிடித்தான் ஒரு நாளு ராத்திரி கஞ்சி குடிச்சப் பெறகு நாங்க பொம்பளப் பிள்ளைகளா ரோஜாப்பூவே மெல்ல வந்து மெல்லப் போன்னு கண்ணப் பொத்திக்கிட்டு வெளாடுற வெளாட்டு வெளாண்டுக்கிட்டு இருந்தோம். திடுதிப்புன்னு ஒரு பொம்பள கெழக்காம ஓடியாந்தா, வகுத்துப் பிள்ளக்காரி வேற. அவா பின்னாலியே அவா புருசக்காரன் மலஞ்செறகாயத் தூக்கிக்கிட்டு அவள வெரட்டிக்கிட்டு வாரான். நல்ல காலத்துக்கு அங்ன சாவடில இருந்த ஆம்பளைக அவன மடக்கிச் செறகாயப் புடுங்கிக்கிட்டாக. அப்பயும் உடல. அவெென் திமிறிக்கிட்டு ஓடியாந்து அந்தப் பொம்பள

தலமயித்தப் புடுச்சுத் தரதரன்னு இழுத்துக்கிட்டு, "எங்கடி ஓடுற? எங்க போனலும் ஏங்கைல சிக்காமெ போமாட்ட ங்கொம்மா கொள்ளு. யாருட்ட வந்து மப்புத்தனம் பண்ற?" வஞ்சுக்கிட்டு இழுத்துக்கிட்டே போறான்.

அவா மாசமா இருந்ததுனால அவா வகுரெல்லாம் தரயில ஓரசிக்கிட்டே போகுது. அதப் பாத்த சனங்க, "ஏலேய், மிருகசாதிக்குப் பெறந்த மிருகப் பெயலே, கொஞ்சமாச்சும் ஈவு எரக்கம் இருக்காடா? வகுத்துப் பிள்ளக்காரின்னு கூட பாக்கமெ இந்த இம்ச படுத்துர"ன்னு வஞ்சாக.

ஒடனே அவனும் பதுலுக்கு, "இந்த கண்டாரத்த கொள்ளு மகா உட்டா ஓடிப்போவா," சொல்லிக்கிட்டு முடியப் புடுச்சு அலாக்கா தூக்கிக்கிட்டுப் போனான்.

முடியமட்டும் புடுச்சுத் தூக்கவும் வலில துடுச்சுப் போயி அலறுனா. அப்பயும் அவெுன் உடல. அப்பிடியே செந்துணுக்காத் தூக்கிட்டுப் போயி வீட்டுக்குள்ள போட்டு கதவச் சாத்திக்கிட்டு அடுச்சான் பாவிப்பெய. இதப்பாத்த நாங்கள்ளாம் அழுதுட்டோம்.

அந்தப் பிள்ளையோட தாயி தகப்பங்கிட்டப் போயி சனங்க இதச் சொன்னதுக்கு, "அவளாப் பாத்துக்கிட்ட மாப்பளதான். நாங்க பாத்தா கெட்டி வச்சோம். கூட்டிக்கிட்டு ஓடும்போது வலிக்கல. இப்ப கெடந்து சீரழிரா. நாங்க என்ன செய்ரது," சர்வ சாதாரணமாச் சொல்லிட்டு இருந்துக்கிட்டாக.

"இத்தனைக்கும் அந்தப் பிள்ள செஞ்ச குத்தம் வேற ஒன்னுமில்ல. அவெஞ் சம்பளத்துட்ட கேட்டதுலதான் இம்புட்டு வாக்குவாதம் வந்துருக்கு. பாதகத்தி மகா துட்டுப் போனாப் போகுதுன்னுட்டு உட்டுருந்தான்னா இந்த கேவலப்பட்ட அடி வாங்கி இருக்க வேண்டாம்."

"ஆம்பள சம்பாருச்சுச் சாராயங் குடுச்சுக்கிட்டு கௌப்புக் கடைகள்ள தீவனந் தின்னுக்கிட்டுத் திருஞ்சா, பொம்பள ஒருத்தி வேல செஞ்சு பிள்ள குட்டிக பசி அமத்தி, சகலசோலியும் ஓராளு துட்டுக்குள்ள பாக்க முடியுமா?" ஆத்தமாட்டாமெ அங்ன நின்னவுக பேசிட்டுப் போயிட்டாக.

எங்க வீட்டுப் பக்கத்துல இருக்குற காளியம்மாளுக்கும் அவா புருசன் சின்னப்பனுக்கும் வார சண்டையப் பாத்தா ரொம்பா வேடிக்கையா இருக்கும். இந்தச் சண்டயப் பாக்கையில எனக்கு அப்பிடி மனசு கஸ்டப்படாது. ஏன்னா இதுல காளியம்மா சரிக்குச்சரியா

மல்லுக்கு நிப்பா. செலநேரம் அவாதான் சண்டையில செவிச்சிருவா. அவெ அடுச்சாம்னா இவளும் திலுப்பிக்கிட்டு அடுச்சுப் போடுவா. அதுனாலயோ என்னமோ வாச்சண்டையாத்தான் இருக்குமே ஒழுசு கைகலப்பு அம்புட்டு வராது.

ஒரு நாளு சின்னப்ப வீட்டுக்கு முன்னால ஒக்காந்து சொரக்கா வெட்டிக்கிட்டு இருக்கான். அவா காளியம்மா தண்ணி எடுத்துட்டு வந்தவா பிலுபிலுன்னு புடுச்சுக்கிட்டா. "நாம் போயி அம்புட்டு நீள வருசயில கொடத்தப் போட்டு காலு கடுக்க நின்னு அந்த முண்டைககிட்ட சண்ட போட்டு தண்ணி புடுச்சுட்டு வாரேன் நீ என்னடான்னா சொரக்காயுங் கையுமா வெளிய ஒக்காந்துக்கிட்டு அடுப்புல போட்ட தீயக்கூட தள்ளி உடாமெப் போட்டு அமத்திப் போட்ருக்க. எனக்கு மட்டும் என்ன ஆத்துரம்ங்ற? இந்தச் சொரக்கா மயித்த நா வந்து வெட்டமாட்டனோ? ஒலயில அரிசி போட்டுட்டுப் போனா, தீயப் போடாமெப் போட்டு அம்புட்டும் நனயரிசிப் பட்டுப் போய்க் கெடக்கு. நானும் ஒனிய கெணக்கா வேனாப் பட்ட வெயில்ல கெடந்து செத்துப் போய்த்தான் வந்துருக்கேன். வந்து ஒனக்கு வக்கணையா வடுச்சுப் போட தண்ணி பாத்து, வெறகு பாத்து கடகண்ணிக்குப் போயிட்டு வந்து எனிய மனுசின்னு நெனச்சியா என்ன? இவெம் பெரிய மொதலாளிமாரு மாதிரி கம்மாயில போயி குளுச்சுட்டு வந்து சொரக்கா வெட்டுரானாம் சொரக்கா" வஞ்சுக்கிட்டு இடுப்புல இருந்த கொடத்த மெதுவாக எறக்கி வச்சுட்டு, தலைல இருந்த பானைய எறக்கி நங்குன்னு வச்சா.

சின்னப்பனுக்குங் கோவம் தாங்கல. அவனும் கத்த ஆரம்பிச்சான். "ஒனக்குப் புண்ணியத்துக்கு ஒக்காந்து காய வெட்டுனா ஏம் பேச மாட்ட. அந்தானிக்க அறுவாமனையக் கொண்டு எறுஞ்சம்னா பாத்துக்கோ," சொல்லிக்கிட்டே காய வெட்டுனான்.

ஒடனே பக்கத்துல இருந்த பார்வதி கெழவி, "அவெந்தான் காயி வெட்டுராம்லடி. நீ எதுக்கு வம்புக்கு நிக்க?"

"இவெங் காயி வெட்டி கடுச்சது போதும். நாம் போயி ஒட்டுப் பெறக்கி ஊம்பெறக்கி இத்தினி முள்ளுக்கெட்டி கொண்டாந்து அடுப்ப பத்தவச்சு அரிசியப் போட்டுட்டுப் போனா தீயப்போட்டான பாட்டி. இப்ப திலுப்பியும் அடுப்புப் பத்த வச்சக்கிட்டு கெடக்கனும். அது கழுத அம்புட்டும் பச்சமுள்ளா இருக்கு. ஊதி ஊதி வெலா எலும்பெல்லாம் வலிக்குது." சொல்லிக்கிட்டே அடுப்புப் பத்த வச்சா காளியம்மா.

அவா பொகைக்குள்ள ஊதிட்டு கெடந்ததப் பாக்கையில பாவமாத்தான் இருந்துச்சு. "ஏத்தா கொஞ்சஞ் சீமத்தண்ணி இருந்தா ஊத்து, ஒடனே பத்திக்கிடும்," சின்னப்பந்தான் சொன்னான்.

"சீமத்தண்ணி அந்தானிக்க வாங்கி வச்சுருக்க பாரு. எடுத்து ஒடனே ஊத்துரதுக்கு. நீயெல்லாம் மனுசம்னு வெளிய பேசாத. எறும்பு சேத்தது கெணக்கா நா இத்தினி இத்தினியா மிச்சம் புடுச்சு நூறு ரூவா சீட்டுப் போட்டேன். அதக்கூட எடுத்துத் தின்னு குசிவிட்ட. நீயும் பேசுறியாக்கும். மரியாதையா ஏந்துட்டக் குடுத்துரு. இல்லின்னா நடக்குரதே வேற," மெரட்டிட்டுத் திலும்பியும் குனுஞ்சு ஊதுனா.

"ஓ ரூவா ஏங்கெண்டக்காலு ரோமத்துக்குச் சமானம்டி. பெருசா ரூவாயப் பாத்துட்டா. ரெண்டு நாளைல தூக்கி எறிரேன். அப்பால நின்னு வாங்கிட்டுப் போ." சொல்லிக்கிட்டு காய வெட்டி முடுச்சுட்டான்.

"ஒரு அடுப்புப் பத்த வைக்கத் தெரியல. நீயெல்லாம் ஒலகத்துல ஒரு பொம்பளன்னு இருக்க," சொல்லிட்டு ஒரு பீடியப் பத்த வச்சுக்கிட்டுச் சாவடிக்குச் செம போயிட்டான்.

இனி அவா சோறு காச்சி கொழம்பு வச்சு எறக்கவும் கரெக்டா மூக்கு முட்டத் திங்குரதுக்கு வருவான். அவெம் பீடி குடுச்சுட்டுப் போரத பாக்கையில எனக்கு ஆங்காரமா வந்துச்சு. மொகரயப் பாரு, கருவாப்பெயன்னு நானே அவன மனசுக்குள்ள வஞ்சுக்கிட்டேன்.

எங்க தெருவுகள்ள இப்பிடித்தான். ஆணும் பொண்ணும் காடு கரைகள்ள வேல செஞ்சுட்டு வந்தாலும், வீட்டுக்கு வந்த ஒடனே ஆம்பளைக சாவடில, பசாருல போயி பொழுது கழுச்சுட்டு திங்க வருவானுக. ஆனா பொம்பளைக வீட்டுக்கு வந்த ஒடனே, சட்டி பான கழுவி, வீட்டக் கூட்டி, தண்ணி எடுத்து வெறகு பெறக்கியாந்து, கடகண்ணிக்குப் போயி அரிசி கொழம்புச் சாமானுக வாங்கிட்டு வந்து சோத்த காச்சி, கொழம்பு வச்சு, கூழக் காச்சி, புருசம் பிள்ளைகளுக்குப் போட்டுக் குடுத்துட்டு மிச்சமிருந்தா சாப்டுட்டு படுக்கனும்.

ஒடம்பெல்லாம் ரணவேதனையாப் படுத்தாலும் தூங்க உடமாட்டானுக. அவா செத்தாலும் பொழச்சாலும் அவனுகளுக்குச் சோலி முடியனும். இதெல்லாம் நெனச்சுப் பாத்தா ச்சேய், இதென்ன பொழப்புன்னு இருக்கு. ஆம்பளையாப் பெறந்துட்டா கூட தேவல பொறுக்கோ.

இப்பயெல்லாம் இத நெனக்கையில எதுக்கு நம்ம தெரு ஆளுக இப்பிடி குடிக்கிரதும், அடிக்குரதுமா அலையுரானுகன்னு பாத்தா, ஒருவேள மத்த லெக்குகள்ள அவனோட அதிகாரத்த, ஆம்பளங்ற திமுர,

காட்ட முடியாத ஆத்துரத்தப் பூரா வீட்டுக்கு வந்து பொண்டாட்டியப் போட்டு வெளுத்து தீத்துக்கிரானுகளோன்னு நெனைக்கேன்.

ஆம்பளன்னாலும், எங்க ஆம்பளையா இருக்குரதுனால காடுகரை கள்ள, சம்சாரிக கிட்டயெல்லாம் வாலச் சுருட்டி வச்சுக்கிட்டு நாயி கெணக்கா அலைவானுக. அதுனால அவம் பாச்சா அங்க பலிக்காது, வீட்ல வந்து பொண்டாட்டி பிள்ளைககிட்ட காட்டுரானுக. ஆனா நாங்க பொம்பளகை வெளியயும், வீட்லயும் இப்பிடி இம்சப்பட்டுக் கிட்டே வாழனும்ங்கறதுதான் தலவிதியா?

யோசிச்சுப் பாக்கையில, பொம்பளைக பூராம் ஆம்பளைகளுக்கு அடிமைனாக்கூட எங்க பொம்பளகை படாத பாடு படுராக. வேற சாதிப் பொம்பளைகளுக்கு இந்த மாதிரி இல்ல. காடுகரைகள்ள வேல வெட்டிக்குப் போம்போது மேச் சாதிக்காரப் பெயல்களோட இம்ச தாங்க முடியல. வீட்டுக்கு வந்தா, புருசங்காரனோட இம்ச தாங்க முடியாத இம்சயா இருக்கு.

சரி, இதுதான் இப்பிடின்னா, மேச்சாதிக்கார பொம்பளைக கூட பொம்பளைக்குப் பொம்பள ஈவு எரக்கங்காட்டாமெ எங்க பொம்பளைகன்னா என்னமோ மானமருவாத ஒன்னுமில்லாத ஒரு உசுப்பிராணி கெணக்கா கேவலமா நடத்துராளுக. இவளுக வீட்டுக் குள்ளயே அடபட்டுக்கிட்டு திங்குறதும், பேலுரதும், புருசமாருக்கு ஏண்ட வேல எடுத்த வேல செய்யுரதுமா கெடந்துக்கிட்டே இந்த மணியஞ் செய்ராளுக. அது என்னன்னுதான் இருவத்து நாலு மணி நேரமும் நாலு சொவத்தக்குள்ளயே அடஞ்சு கெடக்காளுகளோ தெரியல.

அந்த வகைல பாக்கப் போனா நம்ம பொம்பளைக தானா கஸ்டப்பட்டு சம்பாருச்சு, கையில நாலுதுட்டு பெழக்கத்துல இருக்காக. அவளுகள கெணக்கா எதுக்கெடுத்தாலும் புருசங்கிட்ட கையேந்திக்கிட்டு நிக்க வேணாம்.

ஆனா நம்ம சாதியவச்சு, நம்ம வறுமய வச்சு, எல்லாப் பெயலும் நம்மள எச்சித்தனமா பாக்குரான், எங்குட்டுப் பார்த்தாலும், போலிசுக் காரன் மொதக்கொண்டு, அது என்ன கலவரமுன்னு வந்தாலும், நம்ம எனசனப் பொம்பளைகளத்தான் மானபங்கப் படுத்துரானுக. இதுக்கு சருக்காரும் ஒன்னுஞ் செய்ராப்ல தெரியல. நம்மதான் துணுஞ்சு இந்தப் பெயலுக சிலுவாய இனுங்கிப் போடனும்.

ஓடுற நாயக் கண்டா வெரட்டுரவனுக்குத் தொக்குந்ற கெணக்கா. நம்ம பயந்துக்கிட்டே இருந்தம்னு வையி. எல்லாப் பெயலும் ஏறி மேயிவானுக. மயிரு போனாப் போகுது செத்தாலுஞ் சரி, பொழச்சாலும் சரின்னுட்டு எதுத்து நின்னம்னு வையி, அம்புட்டுப் பெயலும் கவுடு மொழைவானுக.

'மண்ணுக்குள்ள இருக்குற மயிராண்டி, உரிக்க உரிக்கத் தோலாண்டி'ன்னு ஒரு அழிப்பாங்கத இருக்கு. அது கெணக்கா இவனுகள்ளாம் ஈராங்கா கெணக்காத்தான். ஆச்சா போச்சான்னு கத்துவானுக. நம்மள ஒரு வாத்த பேசக் கூடாதும்பானுக. அவனுகட்ட தான் சரக்கு இருக்குன்னு படங்காட்டுவானுக. நம்ம தெறமைகள நம்ம எதுக்கு மூடி மறைக்கனும்? அவனுகள கெணக்கா அம்புட்டு வேலயுஞ் செய்றோம். ஏ, அவனுகளுக்கு மேலய செய்றோம்னு சொல்லு. நம்ம இல்லன்னா ஒரு நாளு அவெ பிள்ள குட்டிகளுக்குச் சவரட்ண செஞ்சு, வீட்டப் பாத்துட்டு, வீட்ல நம்ம பாக்குற அம்புட்டையும் பாக்கச் சொல்லு. ஒற்றே நாள்ல பிட்டாணி தள்ளிப்போகும் பெயல்களுக்கு. இது பாத்தாம்னா குண்டிக் கொழுப்பு அடங்கும். அவெஞ் சாமான்யத்துல யோசிக்க மாட்டான். நம்மதான் நம்ம உரிமைகள நெலநாட்டனும். எல்லாரையும் போல நாமளும் மனுசங்கதான்னு எந்துருச்சு நிக்கனும். மத்தவுக நம்மள எந்துருச்சு நிப்பாட்டுவாகன்னு இருந்தா ஜென்மத்துக்கும் அப்பிடியே கெடக்க வேண்டியதுதான்.

மேகலக்குடி பொம்பளைக ஏன்னமோ புருசம் பொண்டாட்டிக சண்ட போடாது கெணக்கா மேலுமினுக்கிகளா காட்டிக்கிருவாளுக. என்னமோ எங்க தெருக்காட்டுகள்ள தான் அநாகரியமா சண்ட போட்டுக் கெடக்கம்னு சொல்லுவாக. அவளுக வீட்டுக்குள்ள போயி பாத்தால தெரியும். 'ஒய்யாரக் கொண்டையாம் தாழம்பூவு, அதுல உள்ள இருக்குமாம் ஈறும் பேனும்'ங்ற கததான். புருசஞ் சொல்லுக்குப் பெட்டிப்பாம்பா அடங்கிப் போவாளுக. போவேண்டியதுதான். ஏன்னா அவெங் குடுக்ற துட்டுலதான் வண்டி ஓடனும். அதுனால அவெ நில்லுன்னா நிக்கனும், ஒக்காருனா ஒக்காரனும்.

ஆனா எங்க தெருவுகள்ள பொம்பளைகளும் ஆம்பளைக்குச் சரிக்குச் சரியா சம்பாரிக்காக. ஆம்பளைகள்ள ரொம்பப் பேரு சம்பாருச்சாலும் துட்ட பொண்டாட்டிட்ட குடுக்கரதில்ல. பொம்பள தான் சகலத்தையும் பாக்குரா. அப்பிடி இருக்கைல. அவள அநியாயமா போட்டுக்குட்டு அடிக்கவும் மிதிக்கவும் செஞ்சா பொறுத்துக்கிட்டா இருக்க முடியும். அதான் சரிமல்லுக்கு நிக்கா. அவெங்கைட்ட பெலத்தக் காட்னா, இவா வாய்ட்ட பெலத்தக் காட்ரா. திலும்பி அடிக்க முடியாத கொறைக்கு, நல்லா நாலு வாத்த சாகும்படியா கேக்கா, வேற என்ன செய்றது?

ஆனாக்கூட, எல்லா பொம்பளைகளும் இப்பிடி இல்ல. நெறய்யாப் பேரு அடியும் மிதியும் வாங்கிக்கிட்டு நரகவேதன பட்டுக்கிட்டுதான் இருக்காக. ஒழச்சு ஒழச்சு ஓடாப்போறது ஒரு திக்கம்னா, இவனுககிட்ட அடி வாங்கியே அர உசுரும் கொர உசுருமாப் போறது இன்னொரு திக்கம். என்னைக்குத் தான் எங்களுக்கு விடிவு காலம் பெறக்குமோ

தெரியல. துணுஞ்சவனுக்குச் சமுத்துரமும் மொழங்காலுதாங்ற மாதிரி. துணிச்சலா நின்னு நம்ம வாழ்க்கைய நாம வாழ்ந்து காட்டனும்.

எங்க தெருவுகள்ள வார சண்டைக கூட எப்பயும் விடியக் கருக்கல்லயும், ராத்திரி மசங்குனப் பெறகுந்தான் வரும். எதுக்கு இப்பிடி இந்த நேரத்துகள்ள மட்டும் கூகொல்லோன்னு தெருக்காடு அமளி துமளிப்படுது; மத்த நேரங்கள்ள அமேதியா கெடக்குன்னு நெனச்சுப் பாத்தா, வேல வெட்டிக்குப் போறதுனால, இந்த நேரத்துலதான மனுசமக்க தெருக்காட்ல இருக்குது; அதான் சண்ட வருதுன்னு நெனச்சேன். ஆனாப் பெறகுதான் என்னன்னு தெருஞ்சது.

நாள்பூராம் கஸ்டப்பட்டு வந்து சூசுவான்னு படுத்து ஒறங்க முடியல. புருசங்காரனுக இஸ்டப்பட்ட நேரத்துல அவனுக ஆசையக் கட்டாயம் நெறவேத்தனும். இதுனால பொம்பளைகளுக்கு எந்தச் சொகமும் கெடைக்கரது இல்ல. இப்பிடி மனசுக்கோ, ஒடம்புக்கோ எந்தச்சொகமுங் கெடைக்காம ஒறங்கி எந்துருச்சு, அந்த எருச்சல ஒடனே மத்தவுககிட்ட சண்ட போடுரதுலதான் காட்டுராக. இப்பிடி வெள்ளங்காட்டி சண்டக்காடு போட்டுட்டு வேலவெட்டிக்கு ஓடனும்.

வம்பாடுபட்டு வேல செஞ்சுட்டு மசங்கவும் வீடு வந்தா, அங்கயும் ஓய்வு ஒழுச்சலு இல்லாத வேல. திக்கத்துக்குத் திக்கம் பிள்ளைக புடுங்கலு; புருசங்காரனோட அக்குருமம், அநியாயம் புடுச்ச அதிகாரம். எல்லாத்துக்கும் ஈடு குடுத்து, மழுமட்டையா வாழவேண்டிய நெல. இந்த மழுமட்டத்தனமான வாழ்க்கை சீன்னு ஆகிப்போக, அந்த எருச்சல்ல மறுவடியுஞ் சண்டக்காடுதான் போட வேண்டி இருக்கு.

இந்தச் சண்டைகள்ள, பொம்பளைக வைற வசவுகளப் பாத்தா, பூராங் கெட்ட கெட்ட வாத்தைகளா, பச்ச பச்சையா, அதுலயும் முக்கியமா இந்தக் குடும்ப வாழ்க்க வாழுறத வச்சுக்கிட்டுத்தான் பேசுவாளுக. அது என்ன சண்டனாலும், இப்பிடி இதத்தான் சொல்லி வைவாளுக. வாயத்தொறந்துட்டா பூராங் 'கூ'னா, 'சு'னா 'பு'னான்னு தான் வரும். இப்பிடி வைறது கூட, குடும்ப வாழ்க்கைல எந்தச் சொகமோ, நெறைவோ இல்லாத காரணத்துனாலதான், அந்தந்த உறுப்புகளச் சொல்லி வஞ்சு ஒரு விரக்தியான சொகங் கண்டுக்குராகளோ என்னமோன்னு நெனைக்கேன்.

இது மட்டுமில்ல; தாம்புருசன் வப்பாட்டி வச்சுக்கிட்டா, வானத்துக்கும் பூமிக்குமா குதிக்குர பொம்பளைக, வேற பொம்பளைக கூட சண்ட போடையில, எடுத்த எடுப்புலயே 'ஏம் புருசனுக்குப் படுத்த சக்காளத்தி'ன்னுதான் சொல்லி வைராளுக. இத யோசுச்சுப் பாத்தா, தன்னால ஒன்னுஞ் செய்ய முடியாத வேக்காட்ல, தாம் புருசன,

அதுலயுங் குடும்ப வாழ்க்கைய வச்சு அவள அடக்கியாச்சுங்ற திருப்தி, சந்தோசங் கெடைக்குது போலுக்கோன்னு தோணுது. இதுலயும் ஆம்பளையோட ஆணவமும், அதிகாரமுந்தான் தலதூக்கி நிக்குது. பொம்பளையோட ஒடலு மனசு, ஒணர்வு, வாத்த, செயலு, அவா ஒலகம் புராவுமே ஆம்பளையோட ஆதிக்கத்துல, அவெனுக்குள்ள அடக்கமாத் தான் இருக்குது. இப்பிடி இருக்குரது தான் நாயமானதுன்னு சொல்லி நம்பளையும் நம்ப வச்சு, ஆம்பளைக்கு அடிமபட்டுக் கெடக்குரதுல தான் நமக்கு சொகமான வாழ்க்க இருக்குன்னு நம்மளும் நம்பிக்கிட்டு மழுமட்டச் சீவனஞ் செஞ்சுக்கிட்டு கெடக்கோம். நம்மளும் ரோசம், மானம், மரியாத உள்ளவுகன்னு ஒணந்தம்னா, எம்புட்டெம்புட்டோ சாதிக்கலாம்.

இப்பிடி விடுஞ்சாச் சண்ட, அடஞ்சாச் சண்டன்னு போடப் போயோ என்ன கழுதயோ எங்க பொம்பளைக பைத்தியம் புடிக்காமெ, எப்பிடியோ சமாளுச்சு வாழ்க்கைய ஓட்டுராக. இந்தச் சீவனஞ் சீவிக்கனும்னா இப்பிடியெல்லாம் கத்திப் பெறக்கி கிறுக்குப் பிடிக்காமெ இருக்கோம். ஆனா மேகலக்குடிப் பொம்பளைக என்னத்தனாலும் மனசுக்குள்ளயே வச்சுக்கிட்டு மெல்லவும் முடியாமெ உழுங்கவும் முடியாமெ தெணறப் போயி அவுகாளுகள்ள ரொம்பப் பேரு கிறுக்குப் புடுச்சு லூசுத்தனமாப் போராக. அதுவரைக்கும் பாக்கைல எப்பிடி யாச்சும் முக்கித்தக்கிப் பொழச்சாகனும்ங்ற வேகம் எங்க கிட்ட எக்கச் சக்கமா இருக்குது. அதுக்குத்தக்கன எல்லாஞ் களுவா நாங்க தெருஞ்சோ தெரியாமலோ செஞ்சு சீவிக்கிரோம்.

7

எங்க வீட்டுக்குப் பக்கத்து வீட்ல மைக்கண்ணின்னு ஒரு பிள்ள இருக்குது. துருதுருன்னு, மூக்கும் முழியுமா இருப்பா. அவளுக்குப் பதினோரு வயசு இருக்கும். ஆனாப் பாத்தா ஏழெட்டு வயசுப் பிள்ள கெணக்கா கரண்டு போயி இருப்பா. அவா தான் அவுக வீட்ல மூத்த பிள்ள. அவளுக்குக் கீழ் அஞ்சு பிள்ளைக இருக்கு. மூனு ஆம்பள, ரெண்டு பொட்டச்சிக.

மைக்கண்ணிப் பெறந்த நாள்ல இருந்தே எனக்கு அவளத் தெரியும். அவுகம்மயும் நானும் ஒரு ஒட்ட. அவுகம்ம சடங்காகி ரெண்டு வருசத்துல மைக்கண்ணியோட அய்யனக் கூட்டிட்டு ஓடிட்டா. அவுக ரெண்டு பேருக்கும் ரொம்பா நாளாவே பழக்கம். ஆனா ரெண்டு வீட்டுலருந்தும் அதுக்குச் சம்மதமில்லாமெ இருக்கவே ஒருநா வேற

ஊருக்கு ஓடிப் போயிட்டு கொஞ்ச நாள்ல திரும்பி வந்துட்டாக. வந்தப் பெறகு மைக்கண்ணிப் பெறக்குந்தட்டிக்கும் நல்லா இருந்தாக. அவா பெறந்த ராசியோ என்ன கழுதையோ, அவுகய்யன் இன்னொரு பொம்பள கூட செநேகதம் ஆகி இப்ப ரெண்டு பொண்டாட்டிக்காரனா அலைரான். நெனச்சா வீட்டுக்கு வருவான். வரும் போதெல்லாம் அவுகம்ம வகுத்துல வச்சுட்டுப் போயிருவான். அவளும் ஏழாவது பிள்ள உண்டாயிருக்கா. இதுக்குப் பெறகு குடும்பக் கட்டுப்பாடு செய்யனும்னு சொல்லிக்கிட்டா.

குடும்பக்கட்டுபாடு செஞ்சா முன்னப் போல காடு கரைகள்ள கடுத்த வேலையெல்லாஞ் செய்யமுடியாதுன்னு தான் இம்புட்டு நாளா செய்யாம இருந்தா. அவா படுத்துக்கிட்டா பிள்ளைக பூரா கொல பட்னியா கெடக்கும். பூராங் குஞ்சுங்குறுமானுமா இருக்குதுக. இப்ப மைக்கண்ணி கொஞ்சம் தல எடுத்துட்டப் பெறகு குடும்பக் கட்டுப்பாடு செஞ்சா, மைக்கண்ணி வேல வெட்டிக்குப் போவான்னு இப்ப செய்யனும்னா.

மைக்கண்ணியோட நெசப்பேரு செயராணி. ஆனா யாரும் செயராணின்னு கூப்டமாட்டாக. அவா கண்ணுமை போட்டது கெணக்கா அழகா இருக்கும். அதுனால தான் அவாப்பேரே மைக்கண்ணின்னு ஆகிருச்சு. அவா மொகத்தப்பாத்தா தெளுஞ்சு ஓடுற ஓடத் தண்ணி கெணக்கா பளுச்சுன்னு இருக்கும். கண்ணு ரெண்டும் எந்த நேரமும் ஒளி அடிக்கும். தெருவுல பொம்பளைக சொல்வாக, “இவாள்ளாம் மேகலக் குடில பெறந்துருந்தான்னா இதுக்குமேல போட்சா இருப்பா. இப்பயும் என்ன கொறச்சலு. சமஞ்ச ஒடனே நா நீயின்னு எவனும் வந்து கொத்திட்டுப் போயிருவான்.”

மைக்கண்ணி நடக்க ஆரம்பிச்ச அன்னைக்கே வேலயுஞ் செய்ய ஆரம்பிச்சுட்டா. அவுகம்ம காட்டு வேலைக்குப் போவா. மைக்கண்ணி தான் வீட்டு வேல பூராஞ் செய்வா.

காலைல எந்துருச்சு வாசத் தொளிக்குரது மொதக்கொண்டு, வீடு கூட்டுரது, சட்டிபான கழுவுரது, தண்ணி எடுக்குரது, துணி தொவைக்குரது, வெறகு பெறக்குரது கடகண்ணிக்குப் போரது, கஞ்சி காச்சுரது இப்பிடித் தொயந்தடியா வேல செஞ்சுக்கிட்டே இருப்பா.

அவுகம்மைக்குப் பேறுகாலம் வரும்போது மட்டும் மைக்கண்ணி பக்கத்து ஊர்ல இருக்குர தீப்பெட்டி ஆபிசுக்குப் போயி வேல செஞ்சுட்டு வருவா. ஏம்னா, அப்ப அவுகம்ம வேலைக்குப் போமாட்டா. மைக் கண்ணி சம்பாத்தியத்துலதான் அப்ப எல்லாம் நடக்கும். தீப்பெட்டி ஆபிசுக்குப் போயிட்டு வந்து, வீட்லயும் வேல பாக்கும் அந்தப் பிள்ளயப்

பாக்கைல பரிதாவமா இருக்கும். ஆனா அவா என்ன சொல்வா தெரியுமா "எங்கம்மைக்கு எனிய உட்டா வேற யாரு இருக்கா? 'எங்கய்'யனும் போயிருச்சு. நாந்தான பாக்கனும்," அம்புட்டுப் பொறுப்பா பேசுவா.

அவுகம்ம பிள்ளயப் பெத்துப் போட்டுட்டு மறுவடியும் காட்டு வேலைக்குப் போயிருவா. மைக்கண்ணி தீப்பெட்டி ஆபிசுக்குப் போறத உட்டுட்டு பிள்ளையும் பாத்துக்கிட்டு வீட்டு வேலைகளப் பூராஞ் செய்வா. எனக்கு அவளப் பாக்கைல அருவசமா இருக்கும். இத்தினிக்கானு பிள்ள. என்னன்னு தான் பச்ச பிள்ளைய வளத்துக்குட்டு வேலைகளையுஞ் செஞ்சுக்கிட்டு இருக்காளோன்னு அருவசப்படுவேன்.

ஓஞ்ச நேரத்துல ஏங்கட்டதான் வருவா. அவா பேசுனான்னா சலிப்புத் தட்டாம நாள்பூராங் கேட்டுக்கிட்டு இருக்கலாம். பிள்ளையத் தொட்டில போட்டுட்டு ரோராட்டுனானா சத்தம் கணீர் கணீர்னு கேக்க நல்லா இருக்கும். அவுகம்மைக்கும் நல்ல கொரலு.

எனிய எப்பயும் பெரீமன்னுதான் கூப்டுவா. "ஏத்தா மைக்கண்ணி, ஒனக்குத் தீப்பெட்டி ஆபிசுக்குப் போறது புடிக்கா. நம்ப காடுகரைகள்ள வேல செய்றது புடிக்கா?" நாங் கேட்டேன்.

"காடு கரைகள்ள வேலைக்குப் போகத்தான் புடிக்கும் பெரீம்மா. ஆனா ஒன்னே ஒன்னுக்காகத்தான் தீப்பெட்டி ஆபிசுக்குப் போகப் புடிக்குது."

"எதுக்கு?"

"எதுக்குத் தெரியுமா? தீப்பெட்டி ஆபிசு வண்டில போறதுதான் புடிக்குது. மொத மொதல்ல இப்பத்தான வண்டில போறேன். எங்க வண்டியப் பாத்துருக்கீகளா நீங்க. சூப்பரா இருக்கும். விடியங்காட்டி கோழி கூப்ட மருத வண்டி வருது பாத்தீகளா. அதுக்கும் மின்னாடியே எங்க வண்டி வந்துரும். மருத வண்டிய விட நீட்டமா இருக்கும் எங்க வண்டி."

என்னமோ அவளோட சொந்த பஸ்சு கெணக்காச் சொன்னா.

"காடுகரைக்கு வேலைக்குப் போனா, விடுஞ்சாப் பெறகு போகலாம். ஆனா தீப்பெட்டி ஆபிசுக்குப் போனும்னா வெள்ளனத்துல போகனும். இல்லன்னா வண்டில ஒக்கார எடங் கெடைக்காது. கொஞ்சம் லேட்டா போனா வண்டி போயிரும். வண்டிய உட்டுட்டு வந்தா எங்கம்ம அடி கொன்னு போடுவா. அதுனாலதான் கண்ணத் தொறக்கவே முடியாமெ ஒறக்கமா வந்தாலும் வம்பாரத்துக்குனாலும் கண்ணு முழுச்சுட்டு, கூழ ஊத்திக்கிட்டு ஓடுவேன்."

"தீப்பெட்டி ஆபிசுக்குப் போறதுனால ஒனக்கு வகுத்த வலி வருதுன்னு ஒங்கம்ம சொன்னா."

"ஆமா பெரீம, அந்த மருந்து நாத்தங் கொடலப் புடுங்குது. ஆனா என்ன செய்ய. நானு இன்னங் கொஞ்சம் வளருந்தட்டிக்கும் தீப்பெட்டி ஆபிசுக்குப் போவேன். பெறகு காட்டு வேலைக்குப் போயிடுவேன். இப்ப காட்டு வேலைக்குப் போனா நாஞ் சின்னப் பிள்ளன்னு சம்சாரிக வேணாம்ங்றாங்க. தீப்பெட்டி ஆபிசுல பாத்தீகன்னா எனிய விட சின்னப் பிள்ள கூட வந்து வேல செய்து பெரீம," அருவசமாச் சொன்னா.

அந்தத் தீப்பெட்டி ஆபிசுக்குப் போயிட்டு வாரது மைக்கண்ணிக்கு என்னமோ எங்கயோ டவுனுக்குப் போயிட்டு வார மாதிரித்தான். எப்பிடியும் வாரத்துக்கு நாப்பது, அம்பது ரூவா சம்பாருச்சுருவா.

ஒவ்வொரு சனிக்கெழமயும் வாரச் சம்பளம் வாங்கியாந்து அவுகம்மையிட்ட குடுப்பா. அப்பிடித்தான் ஒரு சனிக்கெழமச் சாயந்தரம் தீப்பெட்டி ஆபிசுக்குப் போயிட்டு வந்த ஒடனே அவுகய்யங்கிட்ட அணப்புப்பட்டு அழுதா.

கொஞ்ச நேரங் கழுச்சு அவளா வந்து, "பெரீம, இன்னைக்குச் சம்பளம் வாங்கி அதுல ஒரு ரூவாய நாஞ் செலவழிச்சிட்டம்னு எங்கய்யம் போட்டு அடுச்சான். எல்லாப் பிள்ளைகளும் ஐஸ் வாங்கித் தின்னுச்சுக. என்னமோ கோனு ஐஸாமுல, ரொம்ப நட்னகாரன் அந்த ஐஸ்காரன் பெரீம. செவேர்னு பொனலு கெணக்கா ஒன்ன எடுத்துக் கிட்டு அதுக்குள்ள கொழ கொழன்னு வெள்ள வெளேர்னு நம்ப பச்சரிசிக் கூழு கெணக்கா உட்டு உட்டுத் தாரான். ஆனா அது இனிச்சுக் கெடக்கும். அந்தச் செவப்பா அடில இருக்கு பாருங்க. அதயும் கடைசில தின்ரலாம். மொத எனக்கு எப்பிடிப் புடுச்சு திங்கனும்னு தெரியல. பெறகு மத்த பிள்ளக்காடுக திங்ரதப் பாத்துட்டு நானும் நக்கி நக்கித் தின்னேன். அந்நியாரம் எனிய பாத்திருந்தீங்கன்னா சிருச்சிருப்பீக. எனக்கே சிரிப்புச் சிரிப்பா வந்துச்சு." கோனு ஐசு தின்னதுல அவுகய்யன் அடுச்ச அடியக் கூட மறந்துட்டா.

"ஒங்கய்யனுக்கு எப்பிடித் தெரியும் நீ ஒரு ரூவா செலவழிச்சது, நீ எதுக்குச் சொன்ன? நாங் கேக்கவும், "அவெ எப்பயாச்சும் எடயில இப்பிடி வந்து எங்கம்மய, எனியெல்லாம் அரட்டுரா பெரீம. சிட்டைல குறிப்பா கள்ள ரூவாய, அதப் பாத்து கண்டு புடுச்சுட்டான். எங்கய்ய அஞ்சாங் கெளாஸ் வரைல படுச்சுருக்குல்ல." ரொம்ப மரியாதையாச் சொன்னா.

இன்னைக்கு யாரு மொகத்துல முழுச்சனோ பெரீம்ம, இன்னைக்குப் பூரா அடியும் வசவுந்தான்," சலிப்பாச் சொன்னா மைக்கண்ணி.

“ஏம்தா, என்ன ஆச்சு இன்னிக்கு?”

“காலைல மொத ஆளா நாம் போயி தீப்பட்டி ஆபிசு வண்டில சன்னலோரமா எடம்புடுச்சு ஒக்காந்தனா, ஆனா எனக்குப் பெறகு வந்து ஏறுனக் களயக்குடி ஆம்பளப் பெயல்க எனிய தள்ளி உட்டுட்டு அவம் போயி சன்னலுப் பக்கம் ஒக்காந்துக்கிட்டான். எப்பயும் அவனுகதான் சன்னலுக்கிட்ட ஒக்காருவானுக.”

“நீயி அவனுகள சும்மாய உட்ட?”

“நானு கண்டமானிக்க வஞ்சுட்டு எந்திரிக்கமாட்டமுன்னுதான் சொன்னேன். அவனுக இழுத்துப் போட்டுட்டு ஒக்காந்துக்கிட்டானுக. எடுவட்ட பெயலுக.”

“இதுக்கா நாளே நல்லா இல்லங்க?”

“இது மட்டுமில்ல; அங்க தீப்பெட்டி ஆபிசுல மேஸ்திரி அண்ணாச்சிட்ட அடி வாங்குனேன். பெறகு இப்ப எங்கய்யங்கிட்ட அடி வாங்குனேன்,” சொல்லும்போதே அவா கண்ணுலருந்து பொங்கிக்கிட்டு வந்த தண்ணிய பாவாடயத் தூக்கித் தொடச்சுக்கிட்டா. எனக்கும் மனசுக்குச் சங்கடமா இருந்துச்சு.

“மேஸ்திரி எதுக்குத்தா அடுச்சான்?”

“மேஸ்திரி இன்னைக்கு ரெண்டு தடவ அடுச்சுப் போட்டான். பெரீம. மொதத் தடவ தீப்பெட்டி ஒட்டயில பசய நெறய்யா தடவி, ரெண்டு தாள ஒட்ட முடியாம தூக்கிப் போடுரதப் பாத்துட்டு வந்து நறுக்குன்னு தலைல கொட்டுனான். தலையே விண்ணுன்னு தெருச்சுப் போச்சு. அம்மாந்தட்டி ஆளு கொட்டுனா நாஞ் சின்னப்பிள்ள பொறுக்க முடியுமா? சொல்லுங்க,” கேட்டுக்கிட்டே தலையத் தடவுனா.

எனக்கு அவளப் பாக்கைல ரொம்ப கஸ்டமா இருந்துச்சு. அது பாட்ல கன்னுக்குட்டி கெணக்கா ஓடியாடி வெளாண்டுட்டு கெடக்க வேண்டிய வயசுல, இப்பிடிக்கெடந்து அவஸ்தப்படுதேன்னு பாவமா இருந்துச்சு.

“பெறகு எதுக்கு திரும்பியும் அடுச்சான்?”

“திலும்பியா? எனக்கு எடைல வெளிக்கு முடுத்துக் கெடந்துச்சா. நாம் பாட்டுக்கு நம்மூருல போற மாதிரி போயி வெளிய ஒரு மரத்தடில இருந்துட்டு கல்லுட்ட தொடச்சப் போட்டுட்டு வந்தேன். இத எவளோ சொல்லிக் குடுத்துருக்கா. இப்பிடி வெளிய பேண்டதுக்குக்கூட அடிக்காக.” கொஞ்ச நேரம் பேசாம இருந்தா. அவளையும் மீறி கண்ணீர ஊத்துது. தொடச்சுக்கிட்டே சொன்னா, “நானு கோழி கூப்ட எந்துருச்சு ஓடுமுன்ன வெளிக்கெல்லாம் போக டயமில்ல பெரீமா.

இம்புட்டு நாளா வெளிக்கு வந்ததில்லை. அப்பிடியே வந்தாலும் செல நெரம் அடக்கி வச்சுட்டு இங்க வந்து நம்ம கொல்லா மந்தைல தான் இருப்பேன். இன்னைக்கு அடக்கவே முடில. அதான் போயிட்டேன்." இப்பிடிச் சோகமாச் சொல்லிக்கிட்டு வந்தவா திடீர்னு மொகத்துல ஒரு சிரிப்போட சத்தமா, "பெரீமா, ஒங்களுக்கு ஒரு வெசயந் தெரியுமா?" கேட்டுக்கிட்டு வெசயம் என்னன்னு சொல்லாமலே சிரிப்புன்னாச் சிரிப்பு அப்பிடி ஒரு சிரிப்புச் சிரிக்கா.

எனக்கு வெசயந் தெரியாமலே அவா சிரிக்குர சிரிப்பப் பாத்துட்டு எனக்கும் சிரிப்பு அள்ளுது.

இம்புட்டு நேரமும் நாங்க பேசுத கேட்டுக்கிட்டுருந்த எங்கம்ம, "ஏ பெயமகளே சொல்லிட்டுச் சிரி, அங்க பாரு," சொல்லிட்டு எங்கம்மயுஞ் சிரிக்கா.

பெறகு சிருச்சுக்கிட்டே ரகசியமா ஏங்கிட்டத்துல வந்து, "பெரீமா, தீப்பெட்டி ஆபிசுல பீரூம்புன்னு தனியா கெட்டி வச்சிருக்காக. அதுல தான் போயி ஒன்னுக்கு ரெண்டுக்கு இருக்கனுமாம்," சொல்லிட்டு திரும்பியும் சத்தம் போட்டு கெக்கரிச்சுக்கிட்டுச் சிரிக்கா.

இதக் கேட்டுட்டு நாங்க எல்லாருங் கெடந்து உழுந்து உழுந்து சிருச்சோம்.

மைக்கண்ணிதான் அவளுக்குப் பின்னால பெறந்த அஞ்சு பிள்ளைகளையும் வளத்து உட்டா. அவுகம்ம பிள்ளையப் பெத்துப் போடுரதோட சரி. ஒரு பிள்ள நடக்க ஆரம்பிச்ச ஒடனே அடுத்த பிள்ளயப் பெற ரெடியாயிருவா.

பெறகு ஒரு நாளு மைக்கண்ணி தீப்பெட்டி ஆபிசுக்குப் போயிட்டு ரொம்பத் துடிப்பா எங்க வீட்டுக்கு வந்தா.

"பெரீம, நீங்க 'வீரா' படம் பாத்தீகளா? சூப்பர் ஸ்டாரு நடுச்சது. இன்னைக்குத் தீப்பெட்டி ஆபிசுல பொழுதனிக்கும் அந்தப் படத்துப் பாட்டுகளத்தான் போட்டாக. பூராப்பாட்டும் எப்பிடி இருக்குதிங்க? கேக்கக் கேக்க நாக்குல எச்சி ஊரும்."

"அதென்ன ஊறுகாயாடி நாக்குல எச்சி ஊறுதுக்கு? ஒங்க ஆபிசில பாட்டெல்லாம் போடுவாகளாககும்?" நாங்கேட்டேன்.

"எங்க ஆபிச என்னன்னு நெச்சீக? தெனமும் புதுப் புதுப் பாட்டுக்களா போடுவாக. அப்பத்தான நாங்க சுறுசுறுப்பா வேல செய்வோம். அதுக்குத்தான். மேஸ்திரி அண்ணாச்சி ரூம்புக்குள்ள ஒரு காத்தாடி கூட இருக்குது. அது அப்பிடி ரொங்கும். நாங்க வேல செய்ற லெக்குல கூட காத்தாடி இருக்கும். ஆனா அது அப்பிடியா ரொங்காது. காத்தே வராது."

“பெறகென்ன ஒங்களுக்கு? எல்லாச் சவுரியமுஞ் செஞ்சு குடுக்காகள்ள,” எங்கம்ம கேட்டா.

“ஆமா, இவுக சவுரியத்தக் கொண்டு போயி குப்பைல போடச் சொல்லு பாட்டி. நேத்தெல்லாம் பாத்தீகன்னா ஆபிசில சண்டக்காடு நாறிப் போச்சு. நம்ம தெருப் பிள்ளக்காடுக பூராம் வேல செய்ய மாட்டம்னு தூக்குச்சட்டிகளத் தூக்கிக்கிட்டு கௌம்பிட்டோம்.”

“எதுக்குத்தா? என்ன செஞ்சாக?”

“அந்த ஊர்க்காரப் பிள்ளக்காடுக நம்மதெருப் பிள்ளய, அந்தா அவா பெர்னத்து பேத்தியாள பறப்பய பிள்ளன்னு சொல்லி வஞ்சுருக்காளுக. அவா எங்ககிட்டச் சொல்லவும் நாங்க அம்புட்டுப் பேரும் சைட்டுமேனிக்கா எந்துருச்சு வசவுன்னா வசவு அப்பிடி வஞ்சோம். ஒவ்வொரு பெயமக்களையுஞ் சாகும்படியா கேட்டுச் சண்ட போட்டோம். அதப் பாத்த மேஸ்திரி அண்ணாச்சி வந்து எங்கள ஓயச் சொல்லி பொழுதெனிக்குஞ் சொன்னாரு. நாங்களா ஓய்வோம்? ஓயவே மாட்டம்னுட்டு சட்டிக்ளத் தூக்கிக்கிட்டு, நாங்க நடந்தேன்னாலும் வீட்டுக்குப் போறோம்னு சொல்லிட்டு கௌம்பிட்டோம்,” சொல்லிட்டு மைக்கண்ணி பெருமையாச் சிருச்சுக்கிட்டா.

“பெறகு எந்நியாரம் ஓஞ்சிக?”

“அந்த அண்ணாச்சி மொகத்துக்காக பெறகு ஓஞ்சோம். அவருதான், உட்ருங்கம்மா, உட்டுருங்கம்மான்னு பொழுதெனிக்கும் கேட்டாரு, இனி ஒரு தடவ அப்பிடிப் பேசுனாப் பாத்துக்கிரலாம்னு உடச் சொன்னாரு. சரின்னுட்டு வசவுகள உட்டுட்டோம்.”

“அந்தப் பிள்ளைக என்ன ஆளுக?” எங்கம்ம கேட்டா.

“அவளுக என்னாளுகன்னு தெரியல. ஆனா நிச்சயமா பறக்குடிப் பிள்ளைக இல்ல,” மைக்கண்ணி சொல்லவும்,

“அதெப்பிடித்தா அம்புட்டு உறுதியாச் சொல்ற?” நாங் கேட்டேன்.

“அதா, நம்ம பிள்ளைகன்னா எப்பயுங் கட்டுக் கட்டுன்னு நடப்பாளுக. அவளுக நடயப் பாத்தீகன்னா, பூராங் கொணங்கிக் கொணங்கி நடப்பாளுக,” சொல்லிட்டு எந்துருச்சு வீட்டுக்குப் போயிட்டா.

“இத்தினிக்கானு பிள்ள எம்புட்டு வெவரமா பேசுரான்னு பாத்தியாமா?” நானு எங்கம்மயிட்டச் சொல்லவும், எங்கம்ம ஏங்கிட்ட கேட்டா, “போன வாரத்துல அவா கருவலங்காட்டுக்குள்ள முள்ளுப் பெறக்கப் போகைல நடந்த சங்கதியச் சொன்னாளா?”

“இல்லியே” நாஞ் சொன்னேன்.

“இவளும், இன்னு நாலஞ்சு பிள்ளக் காடுகளுமாச் சேந்து கருவலங் காட்டுக்குள்ள எரிக்க முள்ளுப் பெறக்கப் போயிருக்குராளுக. அங்ன எவனோ ஒருத்தன் நின்னுக்கிட்டு இவா மைக்கண்ணிப் பிள்ளையக் கூப்டுருக்கான்,” சொல்லிக் கிட்டிருக்கைலயே மைக்கண்ணி அவுக தங்கச்சிய இடுப்புல தூக்கிக்கிட்டு வந்தா.

“இந்தா வாரள்ள, இவாகிட்டயே கேளு,” எங்கம்ம சொன்னா.

நானு அவாகிட்ட கேக்கவும், “ஆமா பெரீம, நாங்க போயி பெறக்கிக்கிட்டு இருக்கோம். அந்தப் பெய உள்ள ரொம்ப முள்ளுக் கெடக்குன்னு கூப்டான். நாங்க அம்புட்டுப் பேரும் போனோம். ஒடனே அவெ,. மத்தவுகள அங்னகுள்ளயே நின்னு பெறக்கச் சொல்லிட்டு, எனிய மட்டும் உள்ள வந்து பெறக்கச் சொன்னான். நா வேற எளந் துணில ஒரு பாவாட கெட்டிருந்தேன். யாரோ குடுத்த பாவாடதான். உள்ள ஒட்டியாங் கிட்யாம் போடல. எம்மா... இந்தப் பெய ரொம்ப அக்குருமம் புடுச்சவம் போலுக்கோன்னு பிள்ளைக கிட்டச் சொன்னனா, அவர்களும், ஏத்தா... உள்ள போகாத. இவெ என்னத்துக்கோதான் ஒனிய மட்டும் கூப்டுறான்னு சொன்னாளுக. அந்த மாணிக்க பெறக்குன முள்ள அள்ளிக்கிட்டு ஓடியாந்துட்டோம்.”

இந்தச் சின்ன வயசுல இந்தப் பிள்ளைக்கு என்னென்ன நடந்துருக் குன்னு நெனச்சு எனக்கு ஒரு திக்கம் வேதனையா இருந்தாலும் மறுதிக்கம் ஆக்ரோசமா வந்துச்சு. அந்தப் பிள்ளையும் வயசுக்கு மீறுன வேல செஞ்சுக்கிட்டு வயதுக்கு மீறுன வெவரத்தோடதான் இருக்கா.

எங்க தெருவுகள்ள ஏறக்குறைய எல்லாப் பொம்பளப் பிள்ளை களுக்கும் சின்னப் பிள்ளப் பருவமே இருக்குரது இல்ல. மொளச்சு மூனு எல உட முன்னாடியே பெரிய மனுசிக கெணக்காத்தான் வீட்டுச் சோலி பாக்குரது, கைப்பிள்ளைகள வளக்குரது, கூலிக்கு வேலைக்குப் போரது எல்லாஞ் செய்துக. ஆனா இம்புட்டுத் தும்பத்துலயும் தொயரத்துலயும் பளிச்சு பளிச்சுன்னு அதுக பேச்சும், கட்டு கட்டுன்னு அதுக நடையும், கலகலன்னு அதுக சிரிப்பும் பாக்கைல மனசுக்குள்ள புல்லரிக்கத்தாஞ் செய்யுது.

மைக்கண்ணி மாதிரி எங்க தெருவுகள்ள அனேகம் பிள்ளைக இப்பிடித்தான் சிறுசுலயே வேலவெட்டிக்குப் போயிக்கிட்டு வீட்லயும் வேல செய்யுதுக. ஆம்பளப் பெயல்க நல்லா தின்னுபோட்டு வெளாண்டுத் திரிரதப் பாத்துருக்கேன். பொம்பளப் பிள்ளன்னா அதுக்கே இன்னுஞ் சரியா நடக்கத் தெரியாம இருந்தாலும், அது ஒரு கைப்பிள்ளயத் தூக்கிக்கிட்டு அலையும்; தண்ணிக் கொடந் தூக்கும், மாட்டுக்குப் பில்லு, அடுப்பெரிக்க வெறகு பெறக்கியாரும்.

இம்புட்டுச் செஞ்சாலும் இந்த மைக்கண்ணிப் பிள்ள எப்பயும் சிருச்சுப் பேசிக்கிட்டேதான் திரிவா. எம்புட்டு வேல செஞ்சாலும் அவா சிரிப்பும், கலகலப்பும் மாறவே மாறாது. திடீர்னு வருவா. வந்து எங்கய்யாட்ட, தாத்தா, ஏந்தலயப் பாத்தீகளா, வளுச்சு, பூ வச்சிருக்கேன். எனியப் பாத்தா செயலலிதா மாதிரி இல்ல?" கேட்டுக்கிட்டு தலய அங்குட்டும் இங்குட்டுமா வெட்டுவா.

"பெரீமயோய், எங்க தங்கச்சி அமலோற்பத்த இன்னிக்குப் பாத்தீகளா, அச்சசல் குசுப்பு கெணக்காவே இருக்கா. நாய்க்கமாரு தெருவுல ஒரு அம்மா பழைய கெவுனு குடுத்தாக. அதப் போடவும் சூப்பரா இருக்கா பெரீமா." இப்பிடி எந்த நேரத்துலயும் கலகலன்னு பேசிச் சிரிப்பா.

எங்க தெரு பொம்பளைகளும் அப்பிடித்தான். விடுஞ்சா வேல வெட்டிக்குப் போயிட்டு பொழுதுமுழுக வீடுகளுக்கு வந்து சேந்தாலும் அப்பயும் சிரிப்புங் கும்மாளமுமாத்தான் அலைவாக.

வேல செய்யுர லெக்குகள்ளயும் ஒரே பாட்டுத்தான். காடே அதுரும்படி சிரிப்பாணி அள்ளும். பாட்டு இட்டுக்கட்டிப் படுச்சுக்கிட்டு கேலியும் கிண்டலுமா வேலைகளச் செய்வாக.

ஒரு தடவ கடலைக்குக் கள வெட்டப் போகையில, எவளோ ஒருத்தி தலமேல முக்காடப் போட்டுக்கிட்டுப் போனாளாம். அப்ப வெயிலு கூட இல்லியாம். ஒடனே அந்தத்த இன்னாசி மகா ஆரோக்கிய மேரி அவள லக்கலு பண்ணி,

'பாதை யோரம் பரட்டச் செடி
பதக் கொளக்குப் பூக்குஞ் செடி
எடுக்க வாம்மா துலுக்கப் பிள்ள
ஒனக்குங் கொஞ்சம் பூவுத் தாரேன்'னு

படுச்சு கிண்டலு பண்ணி உட்டாளாம்.

அது கெணக்காத்தான் அவா நானப்பூ மகா ரஞ்சிதத்துக்குப் பருசம் போட்டப் பெறகு அவா வேலைக்குப் போன லெக்குல, மாப்பிள்ளைப் பையன் அவளவிட கருப்புன்னு லக்கலு பண்ணி பாட்டுக் கெட்டிருக்கா.

'காக்கா நெறத் தழகா
கரிப்பானத் தூரழகா
எனக்குன்னு வாச்சவரே
இங்கிலீசு படுச்சவரே'

அந்தப் பெய எட்டாங் கௌாசு வர படுச்சவனாம். அதுக்குத் தான் இங்கிலீசு படுச்சவம்னு கேலி அடுச்சாளுகளாம். ஒத்த ஆள உட்டு வைக்க மாட்டாக.

‘பதினெட்டுப் பணியாரம்
மதிலெட்டித் தந்தவரே
எனத்த நீ தந்தபோதும்
எனத்தி புருசந்தானே’

இப்பிடி கலியாணமாகிட்டு இன்னொருத்திய வப்பாட்டியா வச்சுக்கிட்டுருந்தவனப் பத்தி படுச்சிருக்கா.

‘ஆத்துல ஊத்துத் தோண்டி
அவரும் நானும் பல்வெளக்கி
எச்சித் தண்ணி தெருச்சதுக்கோ
எட்டு நாளாப் பேசலியே’

ஒன்னுக்குமில்லாத உப்புக் கல்லுக்குப் பெரயோசனப் படாத காரியத்துக்குச் சண்ட போட்டுக்கிட்டு மொனச்சுக்கிட்டுப் போன புருசனுக்குப் படுச்ச பாட்டு இது.

இது மாதிரி கள எடுக்கைல, நாத்து நடயில, கதுரறுக்கைல, இப்பிடி என்ன செஞ்சாலும் ஒரே பாட்டுஞ் சிரிப்புத்தான். ஒருத்தர ஒருத்தரு பாட்டுக் கெட்டியே லக்கலு செய்வாக.

அப்பிடித்தான் எவளோ ஒருத்தி நடுத்தெருவுல மசால அரைச்சுக் கிட்டு இருக்கைல, அப்பிடிக் கூடி அவளோட மொற மாப்பிள போனானாம். ஒடனே அங்ன தாயம் வெளாண்டுட்டு இருந்த மொகூர்க்காரி,

‘கார வீட்டுத் திருணையில
கறிக்கு மஞ்ச ளரைக்கையிலே
என்ன பொடி தூவுனாரோ
இழுத்த ரைக்க முடியலயே’ன்னு

ஒடனே மெட்டுப் போட்டு படுச்சாளாம்.

அது பாவம் அந்தப் பிள்ள அப்பிராணியா மசால அரைச்சிருக்கு. மொகூர்க்காரிக்கு எம்புட்டு ராங்கின்னா இப்பிடி ஒரு பாட்ட படுச்சுருப்பா.

என்னன்னு தான் இப்பிடி டக் டக்குன்னு பாட்டுக் கெட்டி ராளுகளோ தெரியல. மைக்கண்ணிப் பிள்ளைக்கு எல்லாப் பாட்டும் தெரியும். அவுகம்மையும் நல்லா மெட்டுக் கெட்டிப் படிப்பா. ராகத்தோட படிக்கைல கேக்குதுக்கு அப்பிடி இருக்கும்.

இதுகெணக்கா பிள்ளைய தொட்டில போட்டு ரோராட்டுற பாட்டும் படிப்பாக. பெரிய பொம்பளைக ரோராட்டக் கேட்டா நம்மளுக்கே ஒறக்கஞ் சொக்கிக்கிட்டு வரும். மயங்கி மயங்கிப் படிப்பாளுக.

யாருஞ் செத்துப் போனாலும் அப்பிடித்தான் ஒப்பாரி வச்சு அழுவாளுக. பாக்கப் போனா பெறப்லருந்து எறப்பு வரைக்கும் ஒரே பாட்டுங் கூத்துந்தான். இதெல்லாம் பொம்பளைகதான் செய்றது. ரோராட்டு, ஒப்பாரி எல்லாமே பொம்பளைக தான் படிப்பாக.

நாஞ்சின்னப் பிள்ளையா இருக்கைல எல்லாம் நாங்க வீட்டுகள்ள வேல வெட்டி செஞ்சாலும் ராத்திரி கஞ்சி குடுச்சப் பெறகு நல்லா வெளாடுவோம். ஆம்பளப் பெயல்க அவனுக பாட்டுக்கு அவனுக வெளாட்டுகள வெளாடும்போது நாங்க எங்க பாட்டுக்கு எங்க வெளாட்டுக்கள வெளாடுவோம்.

ஆனா இப்ப எங்க தெருவுல பாத்தா, பெயல்கதான் வெளாண்டுட்டுத் திரிரானுக. பொம்பளப் பிள்ளைக நெறய்யாப் பேரு கோழி கூப்ட எந்துருச்சு தீப்பெட்டி ஆபிசுக்குப் போயிட்டு மசங்குனப் பெறகுதான் வீட்டுக்கு வர்ரதுனால கஞ்சி குடுச்சும் குடிக்காமயும் படுத்து ஒறங்கிறதுக. எங்க தெருவுலருந்து ஆம்பளப் பெயல்க அப்பிடியா தீப்பெட்டி ஆபிசுக்குப் போறதில்ல. முன்னால எல்லாம் பொம்பளப் பிள்ளைக, கைப்பிள்ளைகளைத் தூக்கி வச்சுக்கிட்டு, அதுகள கவனிச்சுக்கிட்டு இருக்குங்க. இப்ப அதுக வேலைக்குப் போறதுனால, தெருவுகள்ள பாத்தா, பூராம் நண்டும் நசுக்குமா ரெண்டு வயசு. மூனுவயசுப் பிள்ளைக தன்னால தட்டுத் தடுமாறி அலைஞ்சுக்கிட்டு இருக்குங்க. காலைல இருந்து ராத்திரி வரைக்கும் அதுகளாத்தான் தெரு நாய்களோட நாய்களா, பன்னிகளோட பன்னியா கெடக்குதுக. பெறகு வேலைக்குப் போன அவுகம்மமாரு வந்து செத்த நேரத் தூக்கி வச்சு அமத்தி உடுரதோட சரி. அவுகளும் கஞ்சி தண்ணி காச்சனும்ங்றதுனால பிள்ளைகளக் கவனிக்க முடியாது. சரி, இந்த தகப்பங்காரனுகளாவது பிள்ளயத் தூக்குவோம் வப்போம்னு இருக்கமாட்டானுக. வேல உட்டு வந்ததும் கடக்காட்டுல போயி ஒக்காந்துருந்துட்டு ரவைக்கக் கஞ்சி குடிக்ர நேரத்துக்கு வந்து குடுச்சுட்டுப் படுத்துருவானுக. பொம்பளைதான் பிள்ளயும் வச்சுக்குட்டு கஞ்சியுங் காச்சிக்கிட்டு அவஸ்தப்படனும். ஒரே நேரத்துல எத்தனை வேலைகளத்தான் பம்பரமா ஆடிக்கிட்டு செய்ராளுக! மிசினு கூட அப்பிடிச் செய்ய முடியாது!

8

நானும் எங்க பாட்டியும் வயக்காட்டுச் செம காஞ்ச எருப் பெறக்கப்போனோம். மாடுகன்னு அங்குட்டு மேயிம்போது போட்ட சாணி காஞ்சு போயி கெடக்கும். அதப் பெறக்கிக் கொண்டாந்து அடுப்பெரிப்போம். அதக்கூட பிஞ்சக்காரம் பாத்தா வைவான். எருக் கெடந்தா பிஞ்சைக்கு நல்ல ஒரமாகுமில்ல, அதான்.

நாங்க எருப் பெறக்கிட்டு இருந்த வயலுக்குப் பக்கத்து காட்ல வகுறு தள்ளிக் கெழவி எரும மாடு மேச்சுக்கிட்டு இருந்தா. அவளப் பாத்துக்கட்டு, "ஏடியோய் மூக்கம்மா, என்ன கஞ்சி கிஞ்சி குடிக்கப் போகலியா? பொழுது சாயப் போகுதே," எங்க பாட்டி கேட்டா.

"இன்னஞ் செத்த மேய உட்டுட்டு பத்திட்டு போகனும் மதினி. மாட்டு வகுத்தப் பாரு கொடேர்னு கெடக்கு," சொல்லிட்டு "தா, பெய மாடு ஒரு லெக்குல நில்லாது. வரப்புக் காட்ல எனியால ஓடி வெரட்ட முடியுமா?" அவளாப் பேசிக்கிட்டு மாட்ட வெரட்டுனா. பக்கத்துல இருந்த பருத்திக் காட்ல மேஞ்சுராம பத்தி உட்டா.

எங்க பாட்டி அவள மூக்கம்மானு கூப்டதுனாலதான் எனக்கு அவா பேரு மூக்கம்மான்னு தெரியும். நாங்கள்ளாம் அவள வகுறு தள்ளிக் கெழவின்னுதான் சொல்லுவோம். இத்தனைக்கும் அவளுக்கு வகுறு அம்புட்டு ஒன்னும் பெருசா இருக்காது. ஒருவேள அவா சின்னப்பிள்ளையா இருக்கைல கண்டா வகுறு பெருசா இருந்துச்சோ என்னமோ தெரியல.

எருப் பெறக்கிக்கிட்டே பாட்டி ஏங்கிட்ட சொல்றா "இந்த மூக்கம்மா இப்ப இப்பிடிப் போனா. இவளக் கொமரில பாத்துருக்கனுமே. அய்யம்மாரு பிள்ள தோத்துப் போவா. இவா கலியாணமெல்லாம் ரொம்பப் பெருகளமா முடுச்சாக. பொண்ணும் மாப்பிள்ளயும் சோடி சேந்து வரயில பார்வதியும் பரமசிவனுங் கெணக்கா வந்தாகன்னு ஊரெல்லாம் பேசிக்கிட்டாக."

"பெருகளமா முடுச்சாகன்னா, காருலயா ஊர்வலம் வந்தாக?"

"நம்ம சாதில யாரு காரு கொண்டாந்து கலியாணம் முடுச்சது? நாலுபேரக் கெணக்கா நடந்துதான் வந்தாக. ஆனா வந்தவுகளுக்கு நெல்லுச் சோறுல்ல ஆக்கிப் போட்டாக." பாட்டி சொல்லவும் எனக்குச் சிரிப்பா வந்துச்சு. சிருச்சுக்கிட்டே பாட்டிட்ட கேட்டேன். "ஏ பாட்டி, நெல்லுச்சோறு போட்டதையா பெருகளமா முடுச்சாகங்க. இப்பயுந்தான் நெல்லுச் சோறு போடுராக."

"அந்தக் காலத்துல நெல்லுச்சோறு போடுரது அருவசந்தாம்தா. அப்பக் கடும் பஞ்சமாக்கும்."

நானு கொஞ்சங் காயாத எருவப் பெறட்டிப் போட்டு அதுக்கடில கெடந்த பூரானக் கரம்பக் கட்டியக் கொண்டு அடுச்சேன்.

"வெளாடமெ பொடுபொடுன்னு பெறக்குத்தா. காட்டுக்கார ஐயா வந்தார்னா எருவப்பூராம் புடுங்கிக்கிட்டு உட்டுருவாரு." பாட்டி சொல்லிட்டு இன்னங் கொஞ்சத் தெக்க தள்ளிப் போயி பெறக்குனா.

"ஒங்கம்ம கலியாணந்தான் ஒன்னுக்குமத்த கலியாணமாப் போச்சு. சோத்துக்கே அலமாந்து போயிக் கெடந்தோம்."

"எங்கம்ம கலியாணம் எப்பிடி முடுஞ்சுச்சு பாட்டி?" நாங் கேட்டுட்டு எங்க பாட்டி நின்ன எடத்துல இருந்த வரப்பு மேல போயி ஒக்காந்துக்கிட்டேன்.

"ஒங்கம்ம கலியாணத்தப்ப கடும் பஞ்சம். புல்லரிசி தூத்தாந்து கலியாணம் முடுச்சோம். பந்தலு கூடப் போட வக்கில்லாமெச் சோளத்தட்டப் பந்தலு போட்டோம்."

"எங்கம்ம கலியாணம் எப்ப முடுஞ்சது பாட்டி?"

"அதெல்லாமா எனக்கு நெனப்பு இருக்கு. ஒங்கம்ம கலியாணம் முடுஞ்ச மறாது வருசத்துல யாரு அது, காந்தித்தாத்தாவாமுல, அவரச் சுட்டு கொன்னு போட்டாகன்னு கடக்காட்ல பேசிக்கிட்டாக. அவரு சாகுரதுக்கு மின்னதான் ஒங்கம்மய்க்குக் கலியாணம்."

"நீயி என்னென்ன சாமாஞ்சட்டு, சீருன்னு குடுத்து உட்ட?"

"நானு ஊரப்போல நாட்டப்போல ஒரு வெங்கலக்கும்பா, ரெண்டு லோட்டா, சருவப்பான, செப்புக்கொடம், குத்துச்சட்டி குடுத்தேன். கூட ஒரு அம்மிக்கல்லக் குடுத்தமுனுதான ஒங்க பெரீம ஏங்கூட மல்லுக்கு நின்னா,"

"எதுக்கு மல்லுக்கு நின்னா?"

"ஒங்க பெரீமய்க்கு அம்மிக்கல்லு குடுக்கல. அதுக்குப் போயி சண்ட போட்டா. ஒங்கய்யா அப்பயே அம்பத்தோறு ரூவா பருசம் போட்டாகளே. அதுக்குத் தக்கண சீரு குடுக்க வேண்டாம். ஒங்க பெரீம புருசன் என்ன அம்புட்டா பருசம் போட்டான்?"

"சங்கிலி எல்லாம் போடல?"

"நம்ம சாதிகள்ள யாரு சங்கிலியெல்லாம் போட்டாக. அதெல்லாஞ் சம்சாரிக வீடுகள்ளதான். ஒங்கம்ம என்ன வெறுங் காதாவா போனா. காதுல ரெவண்டு குணுக்கு, மூக்குல மூக்குத்தி, கால்ல தண்ட கிட்ட எல்லாம் போட்டுத்தான் போனா. நம்மாளுகள்ள சீரு செனத்தின்னு ரொம்பக் குடுக்குறதில்ல. மாப்பிள பருசம் போடுவானுல்ல. அந்த ரூவாயக் கொண்டி வாங்க முடுஞ்சத வாங்கிக் குடுத்துருவோம். அம்புட்டுத்தான்," சொல்லிக்கிட்டே எருவெல்லாம் கொண்டுபோன சாக்குல போட்டு கெட்டுனா. எனக்கும் ஒரு சின்னத் துணில போட்டுக் கெட்டிட்டு தூக்கிக்கிட்டு வீட்டுக்கு வந்தோம்.

"முன்னால கலியாணத்துல மொய் உழுத்தாட்ட மாட்டாகளாக்கும் பாட்டி?" வார வழில நாங்கேட்டேன்.

“மொய்யெல்லாம் உழுத்தாட்டுவாக. ஆனா இப்ப ரேடியா போட்டுச் சொல்றது கெணக்கா அப்பச் சொல்ல மாட்டாக. அப்பல்லாம் இந்த ரேடியா கீடியா ஒன்னுங் கெடையாதுல.”

மைக்செட்டத்தான் எங்க பாட்டி ரேடியான்னு சொன்னா.

“அப்ப என்ன செய்வாகன்னா, சோறாக்கி கத்தரிக்கா இல்லின்னா பூசணிக்கா வெஞ்சனம் வச்சு ஒரு ரசம் வச்சுப் போடுவாக. பெறகு வெங்கலக் கும்பாய வச்சுக்கிட்டு மாப்பிள ஒக்காந்துருப்பான். சாப்பிட்டவுக அஞ்சோ, பத்தோ அதுல போட்டுட்டு போவாக. அதான் மொய் உழுத்தாட்டுரது.”

“இப்ப பாட்டி, மைக்குல ‘ஓ ஒறவின் மொறையாரே, இன்னாரு மக, இன்னாரு கலியாணத்துக்கு, இன்னாரு மக, இன்னாரு இம்புட்டு ரூவா மொய் செஞ்சுருக்காரு’ன்னு ஒரு ஆளு கத்துது. அதுக்கு அங்ன நிக்கரவுக எல்லாரும் பதுலுக்கு ‘நல்ல காரியம்’னு சொல்லிட்டு பொம்பளைக கொலவ போடுராகளே” நாஞ் சொன்னேன்.

“ஆமா, இப்பத்தான் இப்பிடிப் போட்டு ஏழூர்க்குக் கேக்கும் படியாக் கத்துரானுக. பறப்பெய கலியாணம் முடிக்குரது பலசாதிக் காரனுக்குந் தெரியனுமில்ல. வெறும் பெயல்களப் போச்சொல்லு,” சொல்லிக் கிட்டே அவா வீடு வரவும் போயிட்டா. நானு எங்க வீட்டுக்கு வந்தேன்.

வந்த ஒடனே ரெண்டு ஈரங்காய உருச்சு கடுச்சுக்கிட்டே கூழுக் குடுச்சேன். எங்கம்ம ரவைக்கு வைக்குரதுக்கு முருங்கக் கீர உறுவிக்கிட்டு இருந்தா. கீரைல போடுறதுக்கு வச்சிருந்த பச்ச மொளகாயில ஒன்ன எடுத்துக் கடுச்சுக்கிட்டே எங்கம்மயிட்ட கேட்டேன்.

“ஏம்ம, ஓங்கலியாணத்துல புல்லரிசிச் சோறுதான் போட்டா களாமுல்ல, பாட்டி சொன்னா.”

“ஆமா, இத்தினிக்கானு வெளக்கமாத்தையும் சொளகையும் எடுத்துக்கிட்டுப் போயி எறும்புக் குழிகள வெட்டி வெட்டி வெளக்கமாத்துட்ட கூட்டி அள்ளிட்டு வருவோம். எறும்பு சேத்து வச்ச புல்லரிசியக் கொண்டாந்து சொந்தக்காரக வீடுகளுக்கா வீட்டுக்கு ஒரு ஆளுக்குச் சாப்பாடு கொடுத்தோம். அப்பயெல்லாம் கடும் பஞ்சம்.”

நாங் கூழுக் குடுச்சு முடிக்கவும், எங்கம்ம கூடப் போயி கீர உறுவுனேன். அந்நியாரத்துல தெரு வழியா ஒரு ஆளு, “இன்னைக்கு ராத்திரி கீழத்தெரு சக்கர மகா முத்தரசிக்குப் பருசம் போடுராக; எல்லாரும் வந்துருங்க”ன்னு கத்திக் கத்திச் சொல்லிக்கிட்டே போனான்.

"அது யாரும்மா சக்கரன்னா?" நாங் கேக்கவும், "அதாம்டி, போன தைப்பொங்கல்லுச் சமயத்துல சல்லிக்கெட்டு மாட்டப் புடிக்கப் போயி தொடயில குத்துப்பட்டுக் கெடந்தானே அவெம் மகளுக்குத்தான். அந்தப் பிள்ள ஆளாகி ரெண்டு மூனு மாசந்தான் இருக்கும். மாப்பிள்ள வரவும் சட்டுன்னு முடுச்சுரலாம்னு பாத்துருப்பான்." எங்கம்ம சொல்லிட்டு அடுப்புப் பத்த வைக்கப் போனா.

நானு இத்தினிக்கானுப் புளி எடுத்து வாயுல போட்டுச் சப்பிக்கிட்டே சாவடிச்செம வெளாடப் போனேன். கொஞ்ச நேரம் வெளாண்டுட்டு நானும் இன்னும் ரெண்டு மூனு பிள்ளைகளும் பருசம் போடுற வீட்டுக்குப் போனோம்.

வீட்டுக்கு வெளிய அடுப்புத் தோண்டி முத்தரசி அவுகம்மயும், சினுமயும் சோறாக்கிக்கிட்டு இருந்தாக. முத்தரசி ஒக்காந்து கத்திரிக்கா முனுக்கிக்கிட்டு இருந்தா. அந்நியாரம் பெரிய நாட்டாமெ, சின்ன நாட்டாமெ, தாய் மாமென், இன்னுங் கொஞ்சம் ஊர்ப் பெரியவுக வந்தாக. மாப்பிளையோட அய்யன் முத்திருளனும் வந்தாரு. மாப்பிளையோ, அவுகம்மையோ யாரும் வரல. முத்திருளங் கைல ஒரு தாம்பாளத் தட்டுல பருசச் சீல, ரவுக்கத்துணி, ஒரு கெட்டு வெத்தல, பாக்கு, ஒரு சீப்பு வாழப்பழம், ஒரு தேங்கா, அத்தோட பருசத்தொக நூத்தி ஒரு ரூவா எல்லாம் வச்சு தூக்கிக்கிட்டு வந்தாரு.

காயி முனுக்கிட்டு இருந்த முத்தரசி போயி பாய எடுத்துட்டு வந்து வீட்டுக்கு முன்னால போடவும் அதுல எல்லாரும் ஒக்காந்தாக. முத்தரசி அவுகய்யன் சக்கரயும் வந்து ஒக்காந்தாரு. ஒடனே பெரிய நாட்டாம, முத்துருளங் கைலருந்த தாம்பாளத் தட்ட வாங்கி தாயிமாமங்கிட்ட சம்மதங் கேட்டுட்டு, சக்கர கைல தட்டக் குடுத்தாரு.

சக்கர தட்ட வாங்குனப் பெறகு முத்துருளனும், நாட்டாமயுஞ் சேந்து பேசி வார வையாசி பத்தாந் தேதி கலியாணத்த முடுச்சுருவோம்னு சொல்லிட்டு எந்துருச்சுப் போயிட்டாக. பருசத்துக்கு வந்த வெத்தலக் கெட்டப் பிருச்சு ஒரு ஆள உட்டு வீட்டுவீட்டுக்கு குடுத்துட்டு வந்தாக. யாரு வீட்ல பருசம் போட்டாலும் எல்லா வீட்டுக்கும் பாக்கு வெத்தல குடுப்பாக.

நானு வீட்டுக்கு வந்ததும், "ஏமா பருச வீட்டுல குடுத்த பாக்கு வெத்தல எங்கம்மா?"ன்னு கேட்டேன்.

"இப்பத்தான வந்து பாட்டி வாங்கிட்டுப் போரா,"ன்னு சொன்னா எங்கம்ம.

எங்க பாட்டி கஞ்சி தண்ணி குடிக்காம இருந்தாலும் இருந்துருவாளே ஒழிசு, வெத்தல பாக்குப் போயல இல்லாமெ இருக்க மாட்டா.

வையாசி மாசம் எங்களுக்குப் பள்ளிக்கொடத்துல லீவு உட்டுட்டாக. அந்த லீவுல எங்க தெருவுல நெறய்யாக் கலியாணம் நடக்கும். ரெண்டு மூனுமாத்தைக்கு முன்னாலயே பருசம் போட்டு இந்த மாப்பிள்ளைக்கு இந்தப் பொண்ணுன்னு முடிவு செஞ்சு வச்சுருக்கிருவாக. பெறகு வையாசி பெறக்கவும் கலியாணம் முடிப்பாக.

முத்தரசி கலியாணத்தன்னைக்கு அஞ்சு கலியாணம் நடந்துச்சு. காலப் பூசைல தான் கலியாணம் நடக்கும். நானும் அந்தக் கலியாணப் பூசைக்குப் போனேன்.

கோயிலுக்கு முன்னால மேளக்காருக ஒக்காந்துருந்தாக. மேளக் காருகள்ளாம் எங்காளுகதான். மாட்டுச் சவ்வக் கொண்டி இழுத்துக் கெட்ன மேளம், பீப்பி, சிங்சா எல்லாம் வச்சுருந்தாக. கோயிலு மண்டவத்துல அஞ்சு மாப்பிள்ளைகளும் கலியாண வேட்டி சட்ட போட்டு சருகத் துண்ட தோள்ல போட்டு சோடுச்சுக்கிட்டு இருந்தாக. அங்ன பூராம் பெயல்களா நின்னானுக. கோயிலுக்கு எடப்பக்கத்துல நின்னா லவா மரத்துக்குக் கீழ அஞ்சு பொண்ணுகளையும் வச்சு சோடுச்சுக்கிட்டு இருந்தாக. அங்ன பூராம் கொமரிகளும் சின்னப் பிள்ளக் காடுகளுமா இருந்தாக. நானும் போயி பொண்ணு சோடிக்குரதப் பாத்தேன்.

வழக்கமா காடுகரைகளுக்கு வேல வெட்டிக்குப் போம்போது சீலக் கொசுவத்த பின்னால வச்சுக் கெட்டுவாக. ஆனா இப்ப படுச்ச பொம்பளைக கெணக்கா முங்கோசலம் வச்சு கெட்டுனாக. வழக்கமா தூக்கிப் போடுற கொண்ட போடாம, வளுச்சு முடி மயிரு வச்சு நீட்டமா சடப் பின்னி நெறய்யாப் பூ வச்சாக. பெறகு பவுடரு போட்டுப் பொட்டு வச்சுட்டு, மிச்சமிருந்த கதம்பத்துல இத்தினி இத்தினி பல்லுட்ட கடுச்சு சொந்தக்காரப் பிள்ளைகளுக்கா குடுத்தாக. பெறகு ஒரு பெரிய ரோசாப்பூ மால, அதுக்குத் தொணமாலன்னு சின்ன மல்லிகப்பூ மால ஒன்னு போட்டு வருசையா கோயிலுக்குள்ள கூப்டுட்டு போனாக.

பொண்ணுக போறதுக்கு முன்னாடியே மாப்பிள்ளைகளும் மாலைகளப் போட்டுக்கிட்டுப் போயி கிராதிக்கு முன்னால போட்ருந்த பாயில ஒக்காந்திருந்தாக. ஒரோரு பொண்ணு மாப்பிள்ளைக்கும் ஒரோரு புதுப்பாயி போட்டுருந்தாக. அது மாப்பிள்ள வீட்லருந்து வாங்கியாந்து போடனும். அஞ்சு பொண்ணு மாப்பிளையுஞ் சோடியா ஒக்காரவும் சாமியாரு வந்து பூச தொடங்குனாரு.

நாங்க சின்னப் பிள்ளைகள்ளாம் பூச பாக்காமெ பொண்ணு மாப்பிள்ளைக போட்டுருந்த மாலைல இருந்து உளுகுற ரோசாப்பூ எதழ்களப் பெறக்கிப் பெறக்கித் தின்னுக்கிட்டுருந்தோம். தாலி கெட்ர நேரத்துக்கு பொண்ணும் மாப்பிளை யும் எந்துருச்சுப் போயி முன்னால

மொழங்காலு போட்டு சாமியாரு தாலி மந்துருச்சு குடுக்கவும் மாப்பிள்ள தாலி கெட்டுனான். தாலி கெட்டும்போது கோயிலுக்கு வெளியே ஒக்காந்துருக்குற மேளக்காருக மேளத்தப் போட்டு டம் டம் டம்முன்னு அடிப்பாக. பீப்பியும் ஊதுவாக. அதத் திடீர்னு கேக்கைல மனசுக்குள்ள ஒருமாதிரி இருக்கு.

தாலி கெட்டி முடுஞ்சு நன்ம வாங்குன ஒடனே பெரிய பொம்பளைகள்ளாம் வீட்ல வேல பாக்கனும்னு ஓடியாந்துருவாக. ஆம்பளைகள்ளாம் கடேசி வர இருப்பாக. பூச முடுஞ்ச ஒடனே மேளக்காரு மேளத்த அடிக்க ஆரம்பிச்சிருவாக. அவுக அடுச்சுக்கிட்டே முன்னால போக அதுக்குத்தக்கன ஆம்பளப் பெயல்க ஆடிக்கிட்டுப் போவானுக. அவுகளுக்குப் பின்னால அஞ்சு மாப்பிள்ளைகளும், மத்த ஆம்பளைகளும் போக, அவுகளுக்குப் பின்னால அஞ்ச பொண்ணுகளும் போனாக. நாங்களும் பொண்ணுக பின்னால போனோம்.

போம்போதே நல்ல வெயிலு வந்துருச்சு. பொண்ணு, மாப்பிள்ளை களுக்கு அவுகவுக சொந்தக்காருக போயி கொடப்புடுச்சாக. மாப்பிள்ளைக சட்டைகள்ள இஸ்டப்பட்டவுக. அவுகவுக பிரண்டுக போயி ரெண்டு ரூவாத்தாளு, அஞ்சு ரூவாத்தாளுகளா குத்துனாக. பசாரு வந்ததும் அங்ன செத்த நிப்பாட்டி மேளக்காரனுக ரொம்ப உற்சாகமா அடிக்க, அதுக்குத்தக்கன முன்னால போன எளவட்டங்க, சின்னப் பெயல்கள்ளாம் ஆடுனாக.

அங்ன இருந்த கௌப்புக்கடைல இருந்து பொண்ணு மாப்பிள்ளை களுக்குக் காப்பி, பாலு இல்லன்னா சோடா, சருப்பத்து வாங்கிக் குடுத்தாக. பொண்ணு மாப்பிள்ளைக குடுச்சாப் பெறகு திரும்பியும் கொட்டடுச்சுக் கிட்டே வந்து எங்க தெருக்காட்ல மொழஞ்சோம். அங்க எல்லாத் தெருவையும் சுத்துனாக. அங்னங்குன சொந்தக்காருக அவுகவுக பொண்ணு மாப்பிள்ளையக் கூப்டு பாலு பழ மரியாத செஞ்சாக. கடைலருந்து பாலு வாங்கியாந்து, கூட ரெண்டு வாழப்பழம் குடுப்பாக.

எல்லாத் தெருவுஞ் சுத்துனாப் பெறகு மாப்பிள்ள வீட்டுக்குள்ள மொழைறதுக்கு முன்னால மஞ்சத் தண்ணிக்குள்ள வெத்தலயக் கிள்ளிப்போட்டு ஆலாத்தி எடுப்பாக. ஆலாத்தி எடுக்குரவுகளுக்கு மாப்பிள்ள துட்டு குடுப்பாரு. பொண்ணு மாப்பிள வீட்டுக்குள்ள மொழையும்போது, எந்தக் கலியாண வீட்லயுஞ் சரி ரேடியாவுல ‘மணமகளே, மருகளே வா வா. உன் வலது காலை எடுத்து வச்சு வா வா’ங்ற பாட்ட மறக்காமெ போட்டுருவாக. இந்தப் பாட்டுக் கேட்டதுமே பொண்ணு மாப்ள வீட்டுக்கு வந்தாச்சுன்னு எல்லாருக்குந் தெருஞ்சு போகும். பொண்ணு, மாப்பிள்ளையை பாயப் போட்டு ஒக்கார வைப்பாக.

ஆம்பளைக பூராம் வெளில பெஞ்சு கிஞ்சு போட்டு உக்காந்து பேசிக்கிட்டு இருப்பாக. இல்லன்னா கடக்காட்டுச் செம போயிருவாக. பொம்பளைக பூராம் சோறாக்கி கொழம்பு வச்சுக்கிட்டு சதா வேல செஞ்சக்கிட்டு இருப்பாக. காலச் சாப்பாடு, மதியச் சாப்பாடெல்லாம், கலியாண வீட்டுக்காரங்களுக்கும் வெளியூர்லருந்து கலியாணத்துக்கு வந்துருக்கவுகளுக்கும் குடுப்பாக. பொண்ணு, மாப்பிள்ளையுஞ் சாப்டுட்டு ஒக்காந்துருப்பாக.

ராத்திரி சாப்பாடு மொய் போடுற எல்லாத்துக்கும் குடுக்கனும். அஞ்சோ பத்தோ மொய் எழுதிட்டு வீட்ல இருக்குர அம்புட்டுப் பேரும் வந்து சாப்டுட்டுப் போவாக. அம்புட்டுப் பேரும் சாப்டுரது மட்டுமில்லாமெ, கூடயே ஒரு நார்ப் பொட்டியக் கொண்டாந்து ‘பொட்டிச் சோறு’ன்னு சொல்லி அது நெறய்யாச் சோறு வாங்கிட்டுப் போவாக. அதக் கொண்டு போயி தண்ணி ஊத்தி வச்சு, அடுத்த நாளைக்குப் பழைய சோறாச் சாப்டுக்கிடுவாக. உண்டெனாச் சோறு கெடக்கைல அள்ளி வச்சுக்கிருவாக. சாப்பாட்டுக்கேக் கஸ்டப்படுர சனங்க வேற என்ன செய்யும்? அதுனால கலியாணம் முடிக்கனும்னா முன்னக்கூட்டியே அறுப்புக் காலத்துல நெல்லு சேத்துவச்சு அவுச்சு, ரோதைல அரச்சு வச்சுருப்பாக. கடைல அரிசி வாங்கி கட்டுப்பிடி ஆகாது.

இப்பிடி நெல் அவுச்ச, அரச்ச, பொடச்சு வச்சு, கலியாணத் தன்னைக்கு அம்புட்டுச் சமையலையும் பொம்பளைகளே செய்வாக. வேற எடங்கள்ள வாரமாதிரி, சமையலுக்கு வெளிலருந்தெல்லாம் ஆளு கூப்டமாட்டாக. ஏதோ, அவுகவுகளுக்குத் தக்கன, சோத்தக் காச்சி, ரசத்த வச்சு ஊத்துவாக. ஏதாச்சும் ஒரு வெஞ்சனங் கூட வப்பாக.

சாயங்காலத்துல மேளக்காருக மேளத்த அடுச்சுக்கிட்டு முன்னால வர, பொண்ணு மாப்ளயும் தண்ணி எடுக்கக் கெணத்துக்கு வருவாக. அப்பயும் நாங்கள்ளாம் ஓடிப்போயிப் பாப்போம்.

பொண்ணும் மாப்பிள்ளையும் கெணத்துக்கு வந்த ஒடனே கெணத்தச் சுத்தி வந்து கெணத்தோட நாலு மூலைலயும் மஞ்சளத் தடவிட்டு, ரெண்டு பேரு கையயும் சேத்து வைச்சு அதுல கொஞ்சம் வெத்தலய வச்சு கெணத்துத் தண்ணிக்குள்ளப் போடுவாக. எம்புட்டு வெத்தல குப்புற உளுகுதோ, அத்தன பொம்பளப்பிள்ள பெறக்கும்; எம்புட்டு வெத்தல மல்லாக்க ஊளுகுதோ, அத்தன ஆம்பளப் பிள்ள பெறக்கும்னு சொல்லுவாக. பெறகு மாப்பிள்ள வாளியக் கொண்டு தண்ணி எறச்சுக் குடுக்க பொண்ணு வாங்கி கொடத்துக்குள்ள ஊத்தும். தண்ணிய வாங்கிக் கொடத்துக்குள்ள கொஞ்சம்போல உளுகும்படி ஊத்திட்டு மீதிய வெளியயும் ஊத்துவா. அவா நேரா கொடத்துக்குள்ள

ஊத்துனாலும், கூட இருக்கவுக கோணல் மாணலா ஊத்தச் சொல்லுவாக. மாப்பிள்ளையப் பொழுதனிக்கும் எறைக்கு வைக்குதுக்குத்தான் இந்தக் கோளாறு. அதே மாதிரி, பெறகு பொண்ணு எறச்சுக் குடுக்க, மாப்பிள்ள வாங்கி கோணலுமாணலாக் கொடத்துக்குள்ள ஊத்துவாரு.

எப்பிடியோ எறச்சு கொடம் நெறையவும், மாப்பிள்ள கொடத்தத் தூக்கிப் பொண்ணு இடுப்புல வைக்கவும், திருப்பியும் மேளத்த அடுச்சுக்கிட்டு வீட்டுக்குப் போவாக.

இதெல்லாம் என்னத்துக்குச் செய்ராகன்னுச் சரியாத் தெரியல. ஒருவேள எல்லா வேலைகளையும் ரெண்டு பேரும் சரிக்குச் சரியா செய்வோம்னு அடையாளமாச் செய்ராகளோ என்னமோ. நானு எங்கம்மயிட்ட இதக் கேட்டதுக்கு அது என்னமோ அப்ப இருந்து இதுதான் வழக்கமா இருக்குன்றா.

வீட்டுக்குத் தண்ணி எடுத்துட்டுப் போனப் பெறகு அங்க பொண்ணும் மாப்பிள்ளையும் குளிப்பாக. இத எண்ணப்புச் சடங்கும்பாக. கெணத்துலருந்து நாங்க எல்லாரும் மொத ஓடிப்போயி அதப் பாக்க நிப்போம்.

கலியாணச் சீல, வேட்டிய கழத்திட்டுச் சாதா சீல, வேட்டி கெட்டிக்கிட்டு பொண்ணும் மாப்பிள்ளையும் பக்கத்துல பக்கத்துல ஒக்காருவாக. அப்பப் பொண்ணு கைல கொஞ்சம் எண்ணய ஊத்தி மாப்பிள்ள தலைல தேய்க்கச் சொல்வாக. அவா ரொம்பா வெக்கப் பட்டுக்கிட்டு குனுஞ்ச தல நிமுராம மாப்பிள்ள தலைல தடவுவா.

அதுமாதிரி மாப்பிள்ள கைல கொஞ்சம் எண்ணய ஊத்தி பொண்ணு தலைல தேய்க்கச் சொல்வாக. மாப்பிள்ள எண்ண தேச்சு உட்டப்பெறகு கொஞ்சஞ் சீவக்காயக் கரச்சு மாறி மாறித் தடவுவாக. பெறகு பொண்ணு மாப்பிள்ளைக்கும், மாப்பிள்ள பொண்ணுக்கும் மாறி மாறித் தண்ணி ஊத்தி ஊடுவாக. கூட நிக்கரவுக பொண்ணு மாப்பிள்ளத் தலையத் தேச்சு உடுவாக. மொறமக்காரப் பிள்ளைகளும், பெயல்களும் பொண்ணு மாப்பிள்ளத் தலைல தவுடு, உமி இப்பிடி எதயாச்சுங் கேலிக்கு எறிவாக. அம்புட்டுத்தான் குளிப்பு. பெறகு உள்ள போயி தலய கிலயத் தொவட்டிட்டு கலியாணச் சீல வேட்டியக் கெட்டிக்கிட்டு வந்து வெளிய ஒக்காருவாக.

அப்ப ஊர்ப் பெரியவுக, சொந்தக்காருக வந்து மால மாத்துவாக. மொதல்ல நாட்டாம வந்து பொண்ணு கழுத்துல கெடக்குற மாலைய மாப்பிள்ள கழுத்துலயும் மாப்பிள்ள கழுத்துல கெடக்குற மாலையப்

பொண்ணு கழுத்துலயும் மாத்திப் போட்டு உட்டுட்டு நெத்தில சிலுவ வரஞ்சுட்டுப் போவாரு. அதே மாதிரி பெரியவுக சொந்தக்காரு கள்ளாம் வந்து மாத்தி மாத்திப் போட்டுட்டு பொண்ணு மாப்பிள்ளய ஆசீர்வாதஞ் செஞ்சுட்டுப் போவாக.

மத்தியானம் மூனு மணிக்கெல்லாம் அடுப்புத் தோண்டி ஒலய வச்சு பெரிய பெரிய அண்டாவுல சோறாக்குரது, காயிவெட்டுரது, எல்லாமே பொம்பளைகதான் செய்வாக. ஆக்குன சோத்தக் கொட்டி ஆற வப்பாக. பெரிய பெரிய அண்டானாலும் பொம்பளைகளே தூக்கி எடுத்துக்கொட்டி அம்புட்டுச் சோலியும் பாத்துருவாக. ஆம்பளைக வேல பந்தில பரிமாறுரதுதான்.

பந்தி ஆரம்பிக்குரது முன்னால மாப்பிள்ள ஒக்காந்தருக்க, மொய் எழுதுரவுக வந்து மாப்பிள்ள கைல ரூவாய குடுத்துட்டுப் பெறகு சாப்பிடப் போவாக. மாப்பிள்ளைட்ட ரூவாயக் குடுக்க குடுக்க ஒரு பெய அத மைக்குல சத்தம் போட்டுச் சொல்லுவான். முத்தரசி கலியாணத்துலயும் அப்பிடித்தான். பொண்ணு வீட்டாளுக மொய் போட்டா "ஓ ஒர மொறையாரே, சக்கரமகா முத்தரசி கலியாணத்துக்கு, தோமாசு மகன் சின்னப்பன் அஞ்சு ரூவா மொய்"ன்னு சொல்லவும் கூட நின்னவுக "நல்ல காரியம்"னு கத்த ரெண்டு பொம்பளைக ஒடனே கொலவ போட்டாளுக.

அதுமாதிரி மாப்பிள்ள வீட்டாளுக மொய் போட்டா மாப்பிள்ள பேரச் சொல்லி மைக்ல கத்துவாக.

இந்த மொய்யி உளுத்தாட்டுரது ஊரு பூராங் கேக்கும். கொஞ்சம் வளந்த பெறகு நானு, ஏங்கூடப் படிக்கிற பிள்ளைகள்ளாம் எம்புட்டு மொய்யி உளுந்துச்சுன்னு மைக்ல சொல்லச் சொல்ல எண்ணிக்கிட்டே இருப்போம்.

மொய் போடுரவுக வீடுகள்ள கலியாணங் காச்சின்னு வரைல இவுக போயி அவுக செஞ்ச மொய்ய பதிலுக்குச் செய்யனும். அப்பிடிச் செய்யாட்ட கேவலமாப் பேசுவாக. அதுனால எங்க பாட்டி சொல்லுவா, "மொய்யின்னா என்ன, வட்டி இல்லாத கடந்தான்."

எங்க வீட்டுக்கு முன்னால இருந்த திருண்ணைல ஒக்காந்து நெறய்ய பொம்பளைக பேசிட்டு இருந்தாக. அப்ப சிலுவமேரி சொன்னா, "நாங்கள்ளாம் கலியாணம் முடிக்கைல, காடுகரைகள்ளப் பாத்து பழகியிருந்தாலும் தாயி தகப்பன் பொண்ணு பிள்ளன்னு பாத்து கெட்டி வச்சாக. ஆனா இப்ப வரவர இந்த எளவட்டங்களும் கொமரிகளும் வேல வெட்டி செய்யயிலயே பாத்து பழகிட்டு, அப்பிடியே சேந்துக்கிருதுக. கேவலப் பட்ட கழுதைக."

ஒடனே எங்க பாட்டி, "நாங் கொமரியா இருக்கும் போதெல்லாம், நாங்க இப்பிடி நொரநாட்டியம் புடுச்சு அலையல. தாயி தகப்பன் பாத்து கெட்டி வச்ச புருசனுக்கு வாக்கப்பட்டோம். எனக்கெல்லாம் தாலி கெட்டிவந்த அன்னைக்கு ராத்திரி ஒங்க மச்சானக் கண்டு அம்புட்டுப் பயம்மா இருந்துச்சு."

"எதுக்கு பாட்டி பயம்மா கெடந்துச்சு?" நாங் கேக்கவும், "எதுக்கா, முன்னப் பின்னத் தெரியாத ஆம்பள கூட தனியா ரவைக்கு இருக்குரதுக்குப் பயம்மா இருக்காதா பின்ன? நானாச்சும் எப்பிடியோ சமாளுச்சு இருந்துக்கிட்டேன். ஒங்க பெரீமதான் பாவம். ஒன்னுந் தெரியாம வாக்கப்பட்டு ரொம்பக் கஸ்டப்பட்டா," பாட்டி சொன்னா.

"எங்கக்காள கெட்டிக் குடுக்கும்போது, கலியாணத்தன்னைக்கு ராத்திரி, அவா புருசங் கிட்டத்துல வரவும் 'எனிய கெட்ட வழக்கஞ் செய்யவா கெட்டிக் குடுத்தீக'ன்னு அலறிக் கிட்டு வெளிய ஓடியாந்துட்டாளாம். அதுலருந்து ரவைக்குரவ எங்கம்மயிட்டயே போயிப் படுத்துருக்கா. பெரிய பொம்பளைக எம்புட்டோ எடுத்துச் சொல்லியும் அரிதிக்குப் போமாட்டேனுட்டா. 'எனக்கு அந்த ஆளப் பாக்கையில ஐயரவா இருக்கும். அந்த ஆளு ரொம்பா அக்குருமம் புடுச்சவனா இருக்கான். நாம் போமாட்டேன்னு அழுதுருக்கா. அவனும் பொறுத்துப் பொறுத்துப் பாத்துட்டு நாலஞ்சு நாள் கழுச்சு வம்பாரத்துக்கு இழுத்துட்டுப் போயி வாழ்ந்துருக்கான்." எங்கம்ம எங்க பெரீமயப் பத்திச் சொன்னா.

"அப்ப இருந்த கொமரிகளுக்கு அம்புட்டு வெவரம் இல்ல. இப்பச் சொல்லு இத்தினிக்கானு விடுக்குக்குக் கூட எல்லாந் தெரியுது. அதான் கலிகாலங்றது," பாட்டி சொல்லிட்டு எந்துருச்சுப் போயிட்டா.

"அந்தப் காலத்துல பத்து வயசுலயும், பன்னண்டு வயசுலயுமா கலியாணம் முடுச்சா எப்பிடிம்மா வெவரந் தெரியும்? நீதான் ஒருநா சொன்னா, வயசுக்க முன்னாலியே கெட்டிக் குடுத்துருவாகன்னு. இப்ப வெவரந் தெருஞ்சாவிட்டிக் கெட்டிக்குடுக்காக. அதுக்குப் போயி பாட்டி கலிகாலங்கா," எங்கம்மயிட்ட நாஞ்சொன்னேன்.

"அதுவும் வாஸ்தவந்தான், ஆனாலும் இந்தக் காலத்துப் பிள்ளைக ரொம்பா ராங்கி புடுச்சவளுகளாத்தான் இருக்காக."

அதுக்கு மேல நானு ஒன்னுங் கேட்டுக்கல. ஆனா வேற எடங்கள்ள நடக்குற கலியாணங்களுக்கும், எங்க தெருவுகள்ள நடக்குற கலியாணங் களுக்கும் எம்புட்டு வித்தியாசம்னு நெனச்சுப் பாத்தேன்.

எங்க தெருவுகள்ள இந்த வரதட்சண அது இதுன்னு பிக்கலு பிடுங்கலு இல்ல. ஏதோ இருக்குரத வச்ச ஒப்பேத்திருவாக. பொம்பள போயி ரூவாயக் குடுத்து கலியாணஞ் செய்றது இல்லாம ஆம்பளதான் பருசம் போட்டு கெட்டிக்கிரனும். எம்புட்டு அதிகம் பருசம் போடுறானோ அம்புட்டு கெவுரவம் ஆம்பளைக்கு. ஆனா இதெல்லாம் இப்ப படுச்சு மேல வந்தவுக கிட்ட மாறிக்கிட்டே இருக்கு.

அவுகள்ளாம் என்னமோ மேச்சாதிக கெணக்கா அவுகளப் பாத்து காப்பியடிக்காக. இம்புட்டு நக போடனும் இம்புட்டு ரொக்கங் குடுக்கனும்னு கண்ராவியா இருக்குது.

இந்த மாதிரி வெசயத்துலதான் அவுக வேற சாதி கெணக்கா மாறிக்குராக. ஆனா என்ன படுச்சாலும், எப்பிடி இருந்தாலும், என்னதான் வேற சாதிக மொறமைகள காப்பி அடுச்சாலும், நம்மள என்னமோ கீழ்ரேட்டுலதான் வைக்கானுக. இதுக்கு என்ன எழவுக்கு மத்தவுகள காப்பி அடிக்குரது? இதுனால நம்மகிட்ட இருக்குற அம்புட்டு நல்ல பழக்கத்தயும் உட்டுப்போட்டு இதுலயுமில்லாம அதுலயுமில்லாம ரெண்டுங் கெட்டானா எதுக்கு அலையனும்? கைல இருக்குற வெண்ணய உட்டுட்டு நெய்யிக்கு அலஞ்ச கததான்.

நம்ம வழமப்படி கலியாணங்காச்சி முடுச்சா, மத்தவுகளுக்கு என்னமோ அது பிச்சக்காரத்தன்மா தெரியுது. அசிங்கமாத் தெரியுது. ‘இந்த ஆளுகளா, வகுறு நெறஞ்சா வச்சு மூடத் தெரியாத சாதில இது. அதான் இப்பிடிக் கெடக்குதுக’ன்னு சொல்லுக. அதுகளக் கெணக்கா அடுத்தவ மொதலுக்கு ஆசப்பட்டு அடுத்தவ வகுத்துல அடிக்கனும் பொறுக்கோ.

எங்க தெருவுல எழவு உழுந்தாலும் பொம்பளைகளாப் போயி பெரேதத்துக்கிட்ட ஒக்காந்து, சத்தமா ஒப்பாரிவப்பாக. ஆம்பளைக வெளிய ஒக்காந்துருப்பாக. பொம்பள செத்துப் போனா பொம்பளைகளா சேந்து பெணத்தத் தூக்கிக் குளுப்பாட்டிப் பாடைல வப்பாக. பெறகு பெணத்தப் பெதைக்கப் போம்போதும் கல்லற வரைக்கும் ஆணும் பெண்ணும் அம்புட்டுப் பேரும் போவோம். பெதச்சு முடுச்சாவிட்டி வீடுகள்ள வந்து குளிப்பாக. இதெல்லாம் ஆம்பளதான் செய்யனும், இதெல்லாம் பொம்பளதான் செய்யனும்னு கெடையாது எல்லா வேலையும் எல்லாருஞ் செய்வாக.

பொம்பளைக பிள்ளப் பெறும்போதும் வீட்லயே பெத்துட்டு, அஞ்சாறு நாள்ல பழையபடி காட்டுவேலைக்குப் போயிருவாக. எங்க பாட்டி செத்தப்பெறகு இப்பயும் இன்னொரு பொம்பளதான் பேறுகாலம் பாக்குது. வேற வசதி கிசதி ஒன்னும் இல்ல.

பிள்ள உண்டானா இப்பிடி இருக்கனும், அப்படி இருக்கனும், இந்த ஊசி போடனும் அது சாப்புடனும் இது சாப்புடனும்னு சொல்லிக்கிராக இப்ப. ஆனா எங்க பொம்பளைக வழக்கம் போல கூழுத் தண்ணீயக் குடுச்சுட்டு வேல வெட்டிக்குப் போயிட்டு வந்து பிள்ளையப் பெத்துட்டு, நாலஞ்சு நாள்ல மறுவடி வேலைக்கு ஓடனும். அப்பிடி ஓடுனாத்தான் கஞ்சி குடிக்க முடியும்.

இப்பிடி வீட்லயே பெரசவம் பாத்துச் சரிவர பாக்காமெ எம்புட்டோ பேரு செத்துக்கூடப் போயிட்டாக. இருந்தாலும் ஆசுபத்திரிகளுக்குக் கொண்டுபோயி பாக்குர அளவுக்கு ஐவசு இல்ல. மத்த தெருவுகளுக்குப் போற மாதிரி எங்க தெருவுகளுக்கு மருத்துவச்சிகளோ, டாக்டர்மாரோ வரமாட்டாக.

புருசஞ் செத்துப்போன ஒடனே பொம்பள வெள்ளச்சீல கெட்டனும். அப்பிடி இருக்கனும் இப்பிடி இருக்கனும்னு எந்தச் சடங்குமில்ல. புருசஞ் செத்துப்போனாலும் வழக்கம் போலத்தான் இருப்பாக. ஏம்னா புருச இருந்தாலும் கண்டுசனா பொட்டு வைக்குரது, வளையலு போடுரது, நக நட்டுப் போடுரது, மஞ்சப் பூசி மினுக்குரது இப்பிடி எந்த இதும் கெடையாது. மொதக்காரியம் நகநட்டுன்னு இருந்தாத்தான போடுரதுக்கு? குளுச்சு கிளுச்சு மஞ்சப்பூசி மினுக்குரது இப்பிடி எந்த இதும் கெடையாது. மொதக்காரியம் நகநட்டுன்னு இருந்தாத்தான போடுரதுக்கு? குளுச்சு கிளுச்சு மஞ்சப்பூசி, பொட்டு, பூ வைக்குதுக்கு அவுகளுக்கு நேரமெங்க இருக்கு. விடுஞ்ச ஒடனே வேல வெட்டிக்குப் போயிட்டு அடஞ்சப் பெறகு வீடுகளுக்கு வருவாக. அதுனால புருசன் இருந்தாலும் செத்தாலும் ஒரே மாதிரித்தான் இருப்பாக. வேனும்னா தாலிய மட்டும் கழத்திடுவாக. செல பேரு கலியாணம் முடுச்சாலும் தாலி போடாமக்கூட புருசம் பொண்டாட்டியா இருப்பாக. தாலிக்கு அம்புட்டு முக்கியமில்ல.

செல பொம்பளைக புருசஞ் செத்தப் பெறகு திரும்பியுங் கலியாணம் முடுச்சுக்கிருவாக. அதெல்லாஞ் சகசமா நடக்கும். ஆனா எங்க ஊர்லயே வேற சாதிகள்ள புருசமில்லாத வெதவைகளை பாத்த ஒடனே கண்டு புடுச்சுப் போடலாம். எங்க தெருவுல எல்லாம் ஒன்னு மண்ணாத்தான் இருப்பாக. அப்பிடி வித்தியாசமெல்லாங் கெடையாது.

பல வெசயத்துல பாக்கும்போது, எங்கசாதில இருக்குரது எம்புட்டோ நல்ல விசயமாத் தெரியிது, வேற சாதிப் பொம்பளைக கிட்ட இருக்குற கெடுபிடிகள்ளாம் எங்ககிட்ட இல்ல. ஆனா என்ன தமாசுன்னா, அவுககிட்ட இருக்குற கெடுபிடிகள்ளாம் நல்லதுன்னும் எங்ககிட்ட இருக்குரதெல்லாம் என்னமோ அசிங்கம் அநாகரிகம்னு சொல்லிக்கிராக. இதான் சிரிப்பா இருக்கு.

9

ஒருநா பஸ் ஸ்டாண்டுலருந்து எங்க வீட்டுக்குப் போயிக்கிட்டிருந்தேன். எடவழில பேச்சியம்மா எனிய நிப்பாட்டி, ஏத்தா, இன்னியுங் கலியாணம் முடிக்கலியாக்கும். எதுக்கு இம்புட்டு வயசாகியும் முடிக்காமெ இருக்க?"ன்னு கேட்டா.

பேச்சியம்மாவும் நானும் அஞ்சாங் கௌாசு வரைல ஒன்னாப் படுச்சோம், ஆறாங் கௌாசுக்குப் போம்போதே அவா நின்னுட்டா. அவாச் சக்கிலியக்குடிப் பிள்ள. சக்கிலியக் குடில அம்புட்டுக்காப் பொம்பளப் பிள்ளைகப் படிக்குதிரல்ல. பெயல்க கொஞ்சப் பேரு படிக்கானுக.

"இல்லத்தா, கலியாணம் முடிக்கல. ஆமா, இதாரு? ஓம் மகளா?" இடுப்புலருந்த பிள்ளையப் பாத்துக் கேட்டேன்.

"ஆமா, இப்ப ரெண்டாங் கலியாணத்துல பெறந்தது. மொதல்ல ரெண்டு மக்க; ஆணொன்னு, பொண்ணொன்னு. அவெங் காளிப்பெய அவுகப்பங் கூட இருக்கான். பொட்டச்சி ராமாயி ஏங்கிட்ட இருக்கா."

இவா என்ன இப்பிடிச் சொல்ரா. நம்ம கிருஸ்தவ மதத்துல மொதப் புருசஞ் செத்தாத்தான ரெண்டாங் கலியாணஞ் செய்யலாம். இவா என்னடான்னா மொதப் புருசன் இருக்கைலயே ரெண்டாவது கலியாணம் முடுச்சுப் பிள்ளையும் பெத்துருக்கான்னு ஏம் மனசுக்குள்ள ஓடுது. சரி, இன்னகுள்ள பாதைல இதப்பத்திக் கேக்க வேண்டா முனுட்டு, "சரி பேச்சி, நா வாரேன். நேரமாகுது. இன்னொரு தடவ பாப்பம்," சொல்லிட்டு வீட்டுக்கு வந்துடேன்.

வீட்டுக்கு வந்தாவிட்டி இத யாருட்டயாச்சும் கேக்கனும்னு நெனச்சுக்கிட்டுருந்தேன்.

சொல்லி வச்சது கெணக்கா ரெண்டு நாக் கழுச்சு சக்கிலியக் குடிலருந்து இருளாயி எங்க வீட்டுக்கு வந்தா. இருளாயி சம்சாரிகளுக்கு பண்ண வேல பாத்து ஒரு ரெண்டு மூட்டச் சோளத்த எங்க வீட்ல போட்டு வச்சுருந்தா. இருளாயி வீடு ரொம்பச் சின்னது. அவா புருசங் குடிகாரன். வீட்ல சோளத்த வச்சா எடுத்து வித்து குடுச்சுப் போடுவான். எங்க பாட்டிக்கும் இருளாயோட அம்ம மாரிக்கும் ரொம்ப நாளு பழக்கம். ரெண்டு பேரும் குடுக்கலு வாங்கலு வச்சுக்கிருவாகளாம். அப்பிடித்தான் இருளாயி எங்களுக்குப் பழக்கம்.

பேச்சியம்மாளப் பத்தி இருளாயிட்ட கேக்கனும்னு நெனச்சேன். எங்கம்மயும் இருளாயும் பேசிக்கிட்டுருக்கைல நானும் போயி இருளாயிட்ட கேட்டேன். "ஒங்க தெரு பேச்சியம்மாப் பிள்ள ரெண்டாங் கலியாணமா முடுச்சுருக்கா? எதுக்கு?"

"யாரு அவரு கருப்பசாமி மகா பேச்சியா? அவா தீந்துக்கிட்டுப் போயி கீழக்கடேசித் தெருவுல சொடலமாட மகனக் கெட்டிக்கிட்டா. இப்ப அவனுக்கு ஒரு பிள்ளயும் பெத்துக்கிட்டாளே," இருளாயி சர்வ சாதாரணமாச் சொன்னா.

"மொதப்புருச இருக்கைல எப்பிடிப் போயி ரெண்டாவது ஒரு கலியாணம் முடுச்சா?"

"அதெல்லாம் சர்வ சாதாரணமாச் செய்யலாமே. நீங்க வேதக்காருகதான் அப்பிடிச் செய்ய முடியாது. நாங்க இந்துக்காருக, அதுலயும் பள்ளக்குடி, சக்கிலியக்குடில மட்டும் பொம்பளைக தீந்துக்கிட்டுப் போயிட்டு வேற கலியாணம் முடிக்கலாம். மித்த சாதிகள்ள இந்தப் பழக்கம் இல்ல," இருளாயி வெவரமாச் சொன்னா.

"சரி, இந்தப் பேச்சியம்மா எப்பிடி தீந்துக்கிட்டா?" நாங் கேட்டேன்.

"அவளும் வாக்கப்பட்டு ரெண்டு பிள்ளத் தாயாகிட்டா. புருசங்காரன் சதாக்குடி. ஒரு பைசா வீட்ல குடுக்கமாட்டான். காணாக்கொறைக்கு இவா வேல செஞ்சுட்டு வாரதயும் அடுச்சுப் புடுங்கிட்டுப் போயிருவான். எம்புட்டு நாளைக்குத்தான் பட்டினி கெடப்பா. இவா கெடந்தாலும் பச்சப் பிள்ளைக கெடக்குமா? இந்த லெச்சணத்துல, அவெம் மொகறக் கட்டைக்கு வப்பாட்டி வேற. வீட்ல ஒரு சாமான வைக்க உடமாட்டான். அடின்னா அடி, கொலபாதகமா அடிப்பான். அந்தப் பிள்ளையும் பொறுத்துப் பொறுத்துப் பாத்துட்டு அவுகய்யா வீட்டுக்குப் போயிட்டா."

"அப்பிடியே இருந்து ரெண்டாங் கலியாணம் முடுச்சுக் குட்டாளாக்கும்?"

"அந்தானிக்க என்ன செஞ்சான்னா, அவுகய்யங்கிட்டச் சொல்லி ஊர் நாட்டாமயிட்ட வெவரத்தச் சொல்லி இனிமேச் சேந்து வாழ முடியாது; பிருச்சு உட்ருங்கன்னு சொல்லிருக்கா. நாட்டாமக்காரு பஞ்சாயத்து வச்சு புருசெம் பொஞ்சாதி ரெண்டு பேரையுங் கூட்டத்துக்குக் கூப்டு தீத்து உட்டுட்டாக."

"எப்டி தீத்து உட்டாக?" நாங் கேட்டேன

"எப்பிடின்னா, வழக்கம் போலதான். பேச்சிட்ட நாட்டாம கேட்டாரு. அவா படுர இம்சயச் சொன்னா. வப்பாட்டி பேச்சக் கேட்டுகிட்டு

இவளயும் பிள்ளைகளையும் படுத்துர பாட்டயும், குடிச்சுட்டு வந்து மிருகங் கெணக்கா நடந்துக்குரதயுஞ் சொல்லிட்டு, இனி நானு சேந்து வாழ இஸ்டப்படலன்னுட்டா. சரின்னுட்டு பெயல அப்பங் கூடயும், பொட்டச்சிய அம்மக்காரிக் கூடயும் இருக்கட்டுமுன்னு தீர்ப்புச் சொல்லி தீத்து உட்டாக."

"இதுக்குப் பெறகு வேற கலியாணம் முடுச்சுக்குரலாமா?"

"ம்... அதான் பேச்சிப்பிள்ள முடுச்சு இன்னொரு பிள்ள பெத்துட்டாளே. அவெ முடிக்கல. இன்னு வப்பாட்டிக்காரியோட அலைரான். அந்த ஆம்பளப் பெய காளி, முக்காவாசி நேரம் பேச்சி வீட்ல தான் கெடப்பான். சரி, நானு வாரேன். இருட்டிக்கிட்டு வருது;" சொல்லிட்டு இருளாயி போயிட்டா.

அவா சொன்னத நெனச்சா எனக்கு அருவசமா இருந்துச்சு. ஆனா இப்பிடியொரு வசதி நம்ம பொம்பளைகளுக்குக் கெடச்சது எம்புட்டு நல்லதாப் போச்சு. சும்மாக் கலியாணம்னு ஒன்னு கெட்டுனதுக்கா காலம் பூராம் புடிக்காதவனோட கெடந்து வெந்து சாக வேண்டாம்ல. ஆனா இந்த வசதி நம்ம கிறிஸ்தவுக கிட்ட இல்லியேன்னு வருத்தமாயும் இருந்துச்சு.

வேற மேகலக் குடிகள்ள எல்லாம் இப்பிடி நெனச்சுக் கூடப் பாக்க முடியாது. புருசன உட்டுட்டு வந்துட்டா வாழாவெட்டின்னு சொல்லி கொஞ்சங் கொஞ்சமா சித்ரவத செஞ்சு கொன்னே போடுவாக. கல்லானாலுங் கணவன்; புல்லானாலும் புருசம்னுட்டு கெடக்கனும்.

இப்பிடி யோசுச்சுக்கிட்டே எங்கம்மயிட்ட கேட்டேன், "ஏம்மா, இப்பிடி இருளாயி சொல்றது கெணக்கா ஆம்பளைக்குப் புடிக்காட்டி தீந்துக்கிட்டு வேற கலியாணம் முடிக்கலாமா?"

"பொம்பளைக்கே இந்தச் சலுக இருக்குன்னா, ஆம்பளைக்கா இல்லாமப் போகும். போயி அவுக தெருக்காட்ல பாரு. நெறய்ய ஆம்பளைக தீந்துட்டு, தீந்துட்டு வேற கலியாணம் முடுச்சுக்கிருவானுக. அவுளுக கிட்டக் கேட்டா வேதக்காருகளே மேலும்பாங்க," எங்கம்ம சொன்னா.

"எதுக்கு வேதக்காருகளே மேலுங்காக? இப்பிடி இருக்குரது எம்புட்டு நல்லதுன்னு அவுகளுக்குத் தெரியாது போலுக்கோ. அங்குட்டங்கட்டுப் போயிப் பாக்கச் சொல்லு. தாலின்னு ஒன்னு கழுத்துல கெட்டிட்டாப் போதும். அம்புட்டுத்தான். சாகுந்தட்டிக்கும் என்ன சித்ரவதன்னாலும் அனுபவிச்சுக்கிட்டு புருசங் கூடத்தான் இருக்கனும். பெறந்த வீட்டுக்கும் போகமுடியாது. புகுந்த வீட்லயும்

இம்சப்பட்டுக்கிட்டு இருக்க முடியாது. எத்தனை பொம்பளைக இதுனால தற்கொல பண்ணிக்கிட்டுச் செத்துப்போராக தெரியுமா? அப்பிடித் தற்கொல பண்ணாம சடங்கெணக்கா சீவிச்சாலும் எத்தன பேர கொன்னுபோட்டு அது தற்கொலன்னு சோடிக்காக தெரியுமா? இப்பிடி ஒரு வசதி இருந்தா, பேசாமெ கழுதப் பெயல உட்டுட்டு, புடுச்சா வேற கலியாணம் செஞ்சுக்கிரலாம். இல்லன்னா சும்மாயாச்சும் கெடக்கலாம்,'' நாஞ் சொன்னேன்.

“நீயி இப்பிடிச் சொல்ற. ஆனா நம்மூருல பள்ளக்குடி, சக்கிலியக் குடிகள்ள போயிப்பாரு. பாதிக்கு மேல ஆம்பளைக தான் ஈங்கமுன்ன பொடுக்கு பொடுக்குன்னு பொம்பளைய தீத்துஉட்டுட்டு, வேற கலியாணம் முடிக்கான். அப்ப இது பொம்பளைகளத்தான ரொம்பயும் பாதிக்குது,'' எங்கம்ம சொல்றதும் நெசம்மாத்தான் தெருஞ்சது.

“புடிக்காமத்தானம்மா தீத்து உடுரானுக. புடிக்காத பெயல்களக் கட்டிப் போட்டா வைக்கமுடியும்? வச்சுத்தான் எதுக்கு? அதுனால முண்டப்பெய போராம்னு உட்டுத்தள்ள வேண்டியதுதான? நம்ம சாதிகள்ள இந்த வாழாவெட்டி, அது இதுன்னு ஒன்னும் இல்லை. வேற கலியாணமும் முடிக்கலாம்ல. பெறகென்ன?”

“அதுவும் நெசந்தான். வேண்டாத பொண்டாட்டி கைப்பட்டாலுங் குத்தம், கால் பட்டாலும் குத்தம்ங்ற சாடைல, நம்ம என்ன செஞ்சாலும், எப்பிடி இருந்தாலும் குத்தங் கண்டு புடுச்சு கொதறிக்கிட்டு இருக்குரவெங் கூட வாழுரதும் வாழாததும் ஒன்னுதான். ஆனா நம்ம கிறிஸ்தவ மதத்துல இப்பிடி ஈசியா உட்டுட்டுப் போமுடியாது. தாலி கெட்ர அன்னைக்கே கோயில்ல சாமியாரு சொல்றத கேட்டியா?” எங்கம்ம பெரசங்கம் வைக்க ஆரம்புச்சுட்டா.

“என்ன சொல்ராரு?” நாங்கேட்டேன்.

“அதான், கடவுள் எணச்சத மனுசன் பிரிக்கக் கூடாது. எந்த நோயினாலும் நொடியினாலும், இன்பமுனாலுந் துன்பமுனாலும், வாழ்வுனாலும் தாழ்வுனாலும் புருசங்கூடதான் இருப்போமுன்னு சத்திய வாக்குல குடுக்கோம். சாமியார்ட குடுக்ர சத்தியம் கடவுளுட்ட குடுக்கரதுமாதிரின்னு தாயாருமாரு சொல்ராக. கடவுளு எணச்சத எந்த பஞ்சாயத்தோ, நீதி மன்றமோ, சட்டதிட்டமோ பிரிக்க முடியாதுன்ல சொல்லி தாலி மந்துருச்சு கெட்ராரு; என்னமோ நாலு பேத்துக்கு முன்னால கடவுள்ட குடுத்த சத்தியத்துக்குக் கெட்டுப்பட்டு வாழ வேண்டி இருக்கு” எங்கம்ம சொல்லவும்,

“போமா-போ-இப்டித்தான் சாமியாரு, சிஸ்டருக, கடவுளு, சத்தியம், பாவம், புண்ணியம், மோச்சம், நித்திய நரகமுன்னு கண்டமாணிக்காச்

சொல்லி நம்மள கெதி கலங்க வைக்காக. நம்ம சந்தோசமா, சொதந்தரமா இருக்கனும்னுதாங் கடவுளு படச்சாரு. சும்மா ஒரு தாலிக் கவுத்த கெட்டிட்டதுக்காக சாகுந்தட்டிக்கும் அடிமையா நமக்குன்னு ஒரு அந்தஸ்தோ, அதிகாரமோ, எதுவுமே இல்லாமெ வாழுரது கடவுளுக்கே புடிக்காது. தெரியும்ல," நாஞ்சொல்லவும்,

"அப்ப இந்துக்காரரா இருந்துட்டா பெரச்சனயே இல்லாமெ சொக போகமா வாழலாம்ங்றியாக்கும்?" எங்கம்ம கேட்டா.

"நா அப்படிச் சொல்லல. இந்துக்காருகளுக்கும் லாப நட்டமுன்னு இருக்கத்தாஞ் செய்யுது. ஆனா என்ன வசதின்னா, இப்டி புடிக்காதவன தீத்து உட்ரலாமுல," நாஞ் சொன்னப் பெறகு நாங்க செத்த நேரம் என்னமும் பேசிக்கிரல.

அந்நியாரம் எங்க வீட்டுக்கு வந்த ஒச்சக்கண்ணுச் சினும, "என்ன, தாயும் மகளும் அமேதியா ஒக்காந்திட்டீக? மாமாவெக் காணும்? வயக்காட்டுச் செம போயிருக்காகளாக்கும்?" கேட்டுக்கிட்டே ஒக்காந்தா.

"சக்கிலியக் குடிலருந்து இருளாயி வந்துட்டுப் போனா. அவுக தெருவுல யாரோ பேச்சியாம். இவாகூட படுச்ச புள்ளையாம். அவா புருசன தீத்துட்டு வேற கலியாணம் முடுச்சுப் பிள்ளையும் பெத்துட்டாளாம். அதப் பேசிக்கிட்டு இருந்தோம். நம்ம மதத்துல இந்தச் சலுக இல்லைல" எங்கம்ம சொன்னா.

"நீ சொல்றது நெசந்தாம்கா. மேச்சாதிகள்ள புருசன உட்டுட்டு சீவிக்கவே முடியாது. திக்கத்துக்குத் திக்கம் வாழாவெட்டின்னு சொல்லிச் சொல்லியே, அது எம்புட்டுத் துட்டுக்கார வீட்டுப் பிள்ளன்னாலுஞ் சரி, எம்புட்டு அழகு சௌந்தர்யமான பிள்ளன்னாலுஞ் சரி, படுச்ச பிள்ளன்னாலும், படிக்காத பிள்ளன்னாலும் புருசன உட்டுட்டு வந்த அன்னைக்கு அவளுக்கு எல்லாம் போச்சு. அவளுக்கு மதிப்பு, மரியாத ஒன்னுங் கெடையாது. ஆம்பளைக சும்மா உட்டாலும் இந்தப் பொட்டச் சக்களத்திக பேறுவாதி வஞ்சு வஞ்சே அந்தப் பிள்ள உசுரப் போக்கிடுவாளுக. நா வேல வெட்டிக்குப் போர சம்சாரிக வீடுகள்ள இப்டி எம்புட்டோ நடக்குது."

"அந்த ஐயா பொட்டலு மண்டைக்கெல்லாம் என்ன கொறச்சலு. ஒத்தே மகா. மகா பேருக்கே நாப்பது அம்பது ஏக்கரு நஞ்ச புஞ்சைய எழுதி வச்சு கலியாணம் முடுச்சுக் குடுத்தாரு. போன நாலஞ்சு மாத்தைலயே காடுகரையப் பூராம் புருசங்காரம் பேருக்கு மாத்திட்டு, இந்தப் பிள்ளையத் திரும்பிக் கூட பாக்கமாட்டானாம். இவா கண்ணுக்கு முன்னாலியே அவுகத்த மகள வச்சுக்கிட்டு இந்தப் பிள்ளைய அம்புட்டு

இம்ச படுத்துவானாம். பொறுத்துப் பொறுத்துப் பாத்துட்டு பெறந்த வீட்டுக்கு வந்துருச்சு. இப்டி வாக்கப்பட்ட வீட்ல புருசங்கூட இல்லாமெ வாழாவெட்டியா வந்துட்ட துக்கத்துல படுத்தவருதான் அந்த ஐயா. மறா மாசமே செத்துப் போனாரு. அந்தம்மா பாவம் கைம் பொண்டாட்டி கச்சர இந்தப் பிள்ளையும் வச்சுக்கிட்டு செத்துக்கிட்ருக்கு. ஒரு காலத்துல எப்பிடி வாழ்ந்த குடும்பம், எப்பிடி ஆகிப்போச்சு."

"பேய்க்கு வாக்கப்பட்டா புளிய மரம் ஏறித்தானாகனும்," எங்கம்ம சுருக்கமா சொல்லி முடுச்சுக்கிட்டா.

இதக் கேக்கவும் எனக்கு ரொம்பக் கடுப்பா வந்துச்சு. அந்தக் கடுப்லயே சொன்னேன், "ஆமா, ஆம்பள மட்டும் பேயா இருக்கலாம். கொள்ளிவாயிப் பெசாசா இருக்கலாம். ஆனா பொம்பளைகதான் அவனுகள அனுசருச்சு, அரவணச்சு அவனுக பேய்க் கொணத்துக்கு தக்கன நம்மள மாத்திக்கிட்டு அவனுகளச் சந்தோசமாக்கிட்டே இருக்கனும். அப்பிடி என்ன மயித்துக்கு அவனுக குண்டியவே தாங்கிட்டு அலையனும்? என்னைக்கு அவெ மனுசமில்ல, பேயின்னு தெரியுதோ அன்னைக்கே துப்புக் கழுச்சுட்டு வெளியேறிப் போயி வாழுரத உட்டுட்டு, வாக்கப்பட்டுட்டா புளிய மரம் ஏறித்தான் ஆகனுமாம்."

"ஏ-யெம்மா, ஓம்மகளுக்கு வார வெளத்தப் பாரு இன்னுங் கலியாணம் முடிக்கலைல. அதான் இந்தத் துள்ளு துள்ளுரா. ஒருத்தங்கைல எம்புடட்டும். அம்புட்டுத்தான். நாலே நாள்ல வசக்கி வழிக்குக் கொண்டாந்துருவான்," சினும சொல்லிக்கிட்டுச் சிருச்சா.

நானு ஒன்னும் பேசிக்கிரல. பெறகுச் சினுமயே சொன்னா.

"அதுல பாருத்தா இந்தப் பண்ணக்குடி, சக்கிலியக் குடிகள்ள புருசம் பொண்டாட்டி தீத்துக்கிட்டு மறு கலியாணம் செஞ்சுக்கிட்டு இருந்துரலாம். இந்தப் பறப் பெயல்களுக்குன்னு ஒரு நாயம். சரி புருசனப் பிடிக்கலன்னு உட்டுட்டு வந்தா, நிம்மதியா இருக்க உடுராங்கன்னா பாத்த. அவா பாட்டுக்கு வெலகி வந்து வேல வெட்டி செஞ்சு கஞ்சியக் காச்சி குடுச்சுட்டு இருக்க விதியில்ல. பஞ்சாயத்துப்போட்டு வெசாருச்சு வலுக் கட்டாயமா புருசன் வீட்டுக்கு அனுப்பி உடுராக. கூட்டத்துல யார வெசாரிக்கங்ற? பொம்பளைய கூப்டக் கூட மாட்டாக. அவுகய்யனக் கூப்டு இல்லன்னா அவுகண்ணனக் கூப்டு, 'அவள ரெண்டு தட்டுத் தட்டி புருசங்கூட வாழச் சொல்லுங்க'ன்னு சொல்லி முடுச்சுக்கிரானுக. இவனுகள்ளாம் ஊர்ப் பெரியவனுக!"

"இவா எதுக்குப் போறா? எவனும் எப்பிடியுஞ் சொல்லட்டுமுன்னு அவா பாட்டுக்கு இருக்க வேண்டியதுதான?" நாங் கேட்டேன்.

"அப்பிடியும் செல பொம்பளைக தைரியமா இருக்ாகள்ள. ஆனா அதுக்குப் பெறகு என்ன செய்ரானுகன்னு தெரியுமில்ல. புருசங்காரன் நேரா வந்து மாட்ட அடுச்சாப்ல அடுச்சு தல மயித்தப் பிடுச்சு இழுத்துட்டுப் போயி வச்சுக்குரான். கீழத் தெருவுல அவா ஆந்தக் கண்ணிப் பிள்ள கெணத்துக்காட்ல குளுச்சுட்டு நாலஞ்சு பேர் கூட வந்தவளத்தான அவா புருசங்காரன் போயி, கள்ளப்பெறாந்து கோழிக் குஞ்சியத் தூக்குரது கெணக்காச் செந்துனுக்காத் தூக்கியாந்து வீட்ல போட்டு மிதி மிதின்னு மிதிச்சிருக்கான். சேந்து வாழப் புடிக்கலன்னா உட வேண்டியதுதான். படுக்காளிப்பெய. ரெண்டு நாளு பேலக்கூட போக உடாமெ வீட்டுக்குள்ளயே போட்டானாம். எடுவட்ட பெய," சினும சொல்லிட்டு மண்ணு கொழைக்கனும்னு மம்பிட்டிய எடுத்துட்டு போனா.

"ஒரு வகைல பாத்தா நம்ம வேதத்துல சேந்ததே தப்புத்தான். எங்க தாத்தா, பாட்டி எல்லாரும் இந்துக்களாத்தான இருந்துருக்காக. எங்கம்மயில எடுப்பேறிப்போயி வெள்ளையம்மான்னு இருந்த பேர மரியம்மான்னு மாத்தி வச்சுக்கிட்டு கிறிஸ்தவளா மாறிட்டா," எங்கம்ம சொன்னா.

"இந்துக்களா இருந்தா இந்த ஒரு சலுகையாச்சும் நம்ம பொம்பளைகளுக்கு இருந்துருக்கும். ஆனா மத்த வெசயங்கள்ள நம்ம எல்லாரு நெலமயும் ஒன்னுதான்." ஒரு பெருமூச்சோட சொல்லிட்டு நானும் எங்கம்மயும் தாய வெளாட்டு வெளாடப் போனோம்.

10

நானு ஏழு, எட்டாங் கௌாஸ் படிக்கைல ஓட்டுப் போடுற டயம் வந்துருச்சு. அப்ப எனக்கு ரொம்பச் சந்தோசமா இருக்கும். எதுக்குன்னா, அப்ப எங்களுக்கு பள்ளிக்கொடம் லீவு உட்டுருவாங்க. எங்க பள்ளிக் கொடத்துலதான் ஓட்டுப் போடுவாக. நாஞ் சின்னதா இருக்கைல எங்கம்ம கூட ஓட்டுப் போடுற லெக்குக்குப் போயிருக்கேன். எங்கம்மகூட வருசைல நிப்பேன். எங்கம்ம ஓட்டுப்போட உள்ள போகவும் நா வெளிய நின்னுக்குட்டு வேடிக்க பாப்பேன். அங்னஅங்ன போலீசுக் காரனுக நிப்பாக. ஆம்பளைக ஒரு வருச, பொம்பளைக இன்னொரு வருசயா போவாக.

ஒரு தடவ ஓட்டுப் போட்டுட்டு வீட்டுக்கு வந்ததும் எங்கமயிட்ட, "ஏம்மா, நீ யாருக்கு ஓட்டுப் போட்ட?"ன்னு கேட்டேன்.

அதுக்கு எங்கம்ம சொன்னா, "ஓட்டு போட்ட வெவரமெல்லாம் வெளிய சொல்லக் கூடாது. ஓங்கய்யா எதுக்குப் போடச் சொன்னாகளோ, அதுக்குத்தான் தான் போட்டேன்."

எங்க பாட்டிட்ட ஒரு தடவ கேட்டதுக்க, "ஏடி, அங்ன குடுத்த தாளுல இருந்த ஏதாச்சும் ஒரு படத்து மேல சீல குத்தனுமாம். நாம் போயி குருட்டுக் கொள்ளுக்கெணக்கா பூராப் படத்துலயுங் குத்திப் போட்டேன். குத்திட்டு வெளிய வந்தாவிட்டி அந்த வாத்தியாரு பொண்டாட்டி சொல்ரா, நாம் போட்ட ஓட்டு செல்லுபடி ஆகாதாம்," சொல்லிட்டு சிரிச்சா பாட்டி.

"நீயி முன்னக்கூட்டியே கேட்டுட்டுப் போயிருக்கலாம்ல?" நாஞ் சொன்னேன்.

"ஆமா ஏ ஓட்டுலதான் போயி நெறயப் போகுதாக்கும். நம்ம ஓட்டு போட்டா என்ன, போடாட்டி என்ன? நம்ம தல எழுத்த எவெம் மாத்தப் போரான்! இந்த ஓட்டுப் போடுறதுனால ஒரு நாளு வேல கெட்டுப் போனதுதான் மிச்சம்," எங்க பாட்டி சொல்லிக்கிட்டு இருக்கும்போதே எங்க மாமெம் பொண்டாட்டி அந்தோணி வந்தா.

ஒடனே பாட்டி கேட்டா, "ஏடியோய், அந்தோணி நீ ஓட்ட சரியாப்பாத்து குத்திப் போட்டியா? எதுல குத்துன?"

"நானா?' நானு ஏரு ஓழவஞ் சின்னத்துல குத்துனேன். ஏம்னா, கலப்பையும் மாடுந்தான் நம்ம வகுத்த ரொப்புது. அது இல்லன்னா நம்ம பொழப்புல மண்ணு. அதான் அதுல குத்துனேன்." அந்தோணி சொல்லவும், "நீயாச்சும் ஒன்னுல குத்திட்ட. எனிய கெணக்கா இன்னும் எத்தன பெய மக்க நாலஞ்சு படத்துல குத்திட்டு வந்தாளுகளோ. கடவுளுக்குத்தான் வெளுச்சம்," பாட்டி சொன்னா.

"ஏ... பாதகத்திகா, ஓட்டுப் போடுரதுக்கு அந்தப் பள்ளிக் கொடத்துக்குள்ள மொழயாவா முடியுது? அங்குட்டு ஒருத்தன் வந்து ஒதய சூரியனுக்குப் போடுங்கங்கரான். இங்குட்டு ஒருத்தன் வந்து ரெட்ட எலைக்குப் போடுங்ரான். இந்த கம்னிஸ்டுகாரனுகளும் வெக்கமில்லாம வந்து கதுர றுவாச் சின்னத்துக்குப் போடுங்ரான். எதுல போட்டாலும் கம்னிஸ்டுகாரனுக்குப் போடலாமா? போடக்கூடாது." சொல்லிட்டு மடில வச்சுருந்த அவுச்ச மொச்சிப் பெயர அள்ளி வாயில போட்டுக்கிட்டா அனந்தம்மா.

"எதுக்கு கம்னிஸ்டுகாரகளுக்குப் போடக்கூடாது?" அந்தோணி கேட்டா.

“எதுக்கா, அந்தப் பெயல்க கடவுளு இல்லன்னு சொல்ற பெயல்க. நம்ம ஒரே கடவுள விசுவசிக்கிறோம்னு சொல்லிக்கிட்டு அவனுகளுக்கு ஓட்டுப் போட்டா பாவமில்லையா? அதுக்குத்தான் போடக்கூடாது,” அனந்தம்மா வெளக்கமா சொன்னா.

அங்ன ஒக்காந்து இதக் கேட்டுக்கிட்டு இருந்த கண்ணம் பெய சொன்னா, “பொட்டக் கண்டாரளிகங்ரது சரியாத்தான் இருக்கு கடவுளு இல்லன்னு சொன்னாகளாக்கும்? அதெல்லாஞ் சும்மாத்தா. கடவுளு கடவுளுன்னு சொல்லிக்கிட்டு ஒழச்சுச் சீவனம் பண்ற பாட்டாளி மக்களோட ஒழைப்ப சொரண்டிட்டு, தொழிலாளிகள நசுக்கக் கூடாதுன்னுதான் கம்னிஸ்டு சொல்லுது. நீ என்னமோ பெருசா பேசுரெ.”

“என்னமோப்பா, நம்ம என்னத்த கண்டோம்? ராமெ ஆண்டா என்ன, ராவணெ ஆண்டா என்ன. நம்ம நெலம என்னைக்கும் ஒன்னுதான். நாங்கூட ஓட்டுப்போடப் போயிருக்க மாட்டேன். அந்த மச்சான் மலையாண்டி வந்து ரெவண்டு ரூவா குடுத்துப் போயி அது என்னமோ ஒரு படத்துல குத்துங்கத்தான்னு போச் சொன்னாரு. அந்த வருசைல நின்னு உள்ள போயி குத்தப் போனா அவரு சொன்ன படங்கூட மறந்து போச்சு. பெறகு எம்பாட்டுக்கு சைக்கிள் படத்து மேல ஒரு குத்தும், ஆனப் படத்துமேல ஒரு குத்தும் வச்சு போட்டுட்டேன். அந்த ரெண்டு ரூவாய்க் குத்தான் மொச்சிப் பயறு வாங்கித் தின்னுக்கிட்டு வாரேன்,” அனந்தம்மா சொல்லிட்டு கொஞ்சம் பயத்த அள்ளி எங்க பாட்டிக்குக் குடுத்தா.

எங்க பாட்டியும் அத வாங்கி நசுக்கி நசுக்கித் தின்னுக்கிட்டே சொன்னா, “நீ போட்ட ஓட்டும் செல்லுபடி ஆகாதுடி. ரெண்டு படத்துல குத்திட்டில. ஒன்னுலதாங் குத்தனுமாம்;”

“ஒனிய விட நாந் தேவல கெழவி. நானாச்சும் ரெண்டுலதாங் குத்துனேன். நீ பூராத்துலயுமில்ல குத்துன. ஓ ஓட்டுக்கு ஏ ஓட்டுப் பரவாயில்ல. கொஞ்சத்துக்குக் கொஞ்சமாச்சும் செல்லும்,” அனந்தம்மா சொன்னா. இதக் கேட்டுட்டு அங்ன ஒக்காந்துருந்த ஆம்பளைக பூராஞ் சிருச்சாக. “கொஞ்சங்கூட வெவரங் கெட்ட கழுதைகளாவுல இருக்கு. இவுகளுகள ஓட்டுப் போடவே உட்ருக்கக் கூடாதுப்பா,” கண்ணன் சொன்னான்.

கண்ணனுக்கு, அம்மவெளாட்டுல கண்ணுல பூ உழுந்து ஒரு கண்ணு வள்ளுசா தெரியாது. வெளேர்னு இருக்கும். அதுனால அவன எல்லாருங் கண்ணமுன்னு கூப்டுவாக.

அவெஞ் சொன்னதக் கேட்டதும் பளிச்சி, “இப்ப இந்த ஓட்டுப் போடாட்டி எங்களுக்கு என்ன கொறஞ்சு போகுது? ஓட்டுப்

போட்டாலும், போடாட்டியும் கூழுக் குடிக்கிரவங் கூழுதாங் குடிப்பான்; சோத்தத் திங்கிரவஞ் சோத்தத்தான் திம்பான். என்னமோ இந்த ஓட்டுப் போட்டாத்தான் எங்க வகுறு ரொம்புங்ரது கெணக்காவுல சொல்ராக" படபடன்னு பொருஞ்சு தள்ளுனா.

அவா சொல்ரதும் நாயமான பேச்சுத்தாம்னு நானு நெனச்சுக் கிட்டேன்.

அந்நியாரம் பாத்து அப்படிக்கூடி நாலஞ்சு கொமரிக சிருச்சுக் கிட்டு வந்தாளுக. "ஏ பெயமக்கா, என்ன சிப்பாணி அள்ளுது? ஓட்டுப் போன லெக்குல எவனையாவது பாத்திட்டிகளா?" பளிச்சி கேக்கவும், பட்டுன்னு சிரிப்ப நிப்பாட்டிட்டு "ஏ... நீங்கள்ளாம் எவனையும் பாக்கத்தான் ஓட்டுப் போட போனீகளாக்கும்? எடுத்த எடுப்புலயே என்னன்னு கேக்கான்னு பாரு," கவரிப்பிள்ள சொல்லவும் அனந்தம்மா சொன்னா, "சரி சரி உடுத்தா. சும்மா ஒரு லக்கலுக்குச் சொன்னா பிலுபிலுன்னு உடாமெ பேசுர. சரி எதுக்குச் சிருச்சுக்கிட்டு வந்தீக? அதச் சொல்லுங்கடி,"

"அதான மதினி, இந்த தெக்குத் தெருவுல உச்சாயி கெழவி இருக்கா பாத்தீகளா? தன்னால பேண்டுட்டு கெடக்குரவள மெனக்குட்டு ரெண்டு எளவட்டப் பெயல்க தூக்கிட்டுப் போயி ஓட்டுப் போடு கெழவின்னு சொல்லி, ஓட்டுப் போடவும் திலும்பியுந் தூக்கியாந்து வீட்ல போட்டுட்டு போயிட்டானுக அவா அப்ராணி கண்ணுந் தெரியாது. காடயத்துந் தெரியாது. என்னன்னு ஓட்டுப் போட்டாளோ? அதப் பாத்துட்டுத்தான் சிருச்சுக்கிட்டு வாரோம்," செயமேரி சொன்ன ஒடனே அம்புட்டுப் பேரும் கெக்கரிச்சுக் சிருச்சாக.

"கெழவியும் சவ்வாரி போயிட்டு வந்துட்டா. துட்டு கிட்டு குடுத்தானுகளா?" அனந்தம்மா கேட்டா. "துட்டு எவெங் குடுத்தா? ஓட்டப் போட்ட ஒடனே தூக்கியாந்து நச்சுன்னு விட்டெறிஞ்சுட்டுப் போயிட்டானுக," ராணி சொன்னா.

இதக் கேட்டுக்கிட்டுருந்த பாட்டி சொன்னா, "இவா சம்முகங் கெழவி ஓட்டுப்போட்ட வெசயந் தெரியுமா ஒங்களுக்கு? போன ஓட்டுச் சமயத்துல வீட்டு வீட்டுக்கு காரு கொண்டாந்து அதுல சனங்கள ஏத்திட்டுப் போயி ஓட்டுப் போட வச்சு எறக்கி உட்டாக. அப்ப சம்சாரிகள்ள முக்காவாசிப் பேரு காங்கிரசு கச்சில இருந்தாக. அவரு கோவால்சாமி ஐயா காருல சம்முகங் கெழவி ஏறிக்கிட்டு அப்பிடி ஒரு மொனப்பா போறா. ஓட்டுப்போட்டு முடிக்கவும் திரும்பியும் போயி காருல ஒக்காந்துக்கிட்டு, வீட்ல கொண்டு போயி உட்டாத்தான் ஆச்சுன்னு அடம் புடுச்சுருக்கா."

"கொண்டாந்து உட்டாகளாக்கும் பாட்டி?" செயமேரி கேட்டா.

"அவரா கொண்டாந்து உடுவாரு? எறங்குன்னு அதட்டி இருக்காரு. அவாத் திமுரா ஒக்காந்துக்கிட்டு, 'ஓட்ட மட்டும் வாங்கிக்கிட்டு இப்ப உட்டுட்டா போறீக? நாங்க ஓட்டுப் போடுரதுனால ஒரு சொகமும் இல்ல. இந்த ஓசிச் சவ்வாரியாச்சும் கெடைக்கட்டும். ஏத்திக் கொண்டு போயி வீட்ல உடுங்கய்யா. இல்லாட்டி எங்க தெருவுல சொல்லி எந்தப் பொம்பளைகளும் ஒங்க கச்சில குத்த உடாமெ ஆக்கிப் போடுவேன், சொல்லிட்டு எறங்கவே மாட்டம்னாளாம். பெறகு வேற வழி இல்லாமெ திரும்பியும் கொண்டாந்து எறக்கி உட்டுட்டுப் போனாக. வந்த ஒடனே என்ன சொன்னாங்க? இந்த தெருவுக்குள்ள கோவால்சாமி ஐயா காருல பசாரு வழியே எவாடி போயிட்டு திரும்பி வந்துருக்கா?" சொல்லிக்கிட்டு சத்தம் போட்டுச் சிரிக்கா.

பாட்டி சொல்லி முடிக்கவும், அந்தோணி சொன்னா, "இந்தச் சம்முகக் கெழவி ரொம்பா ராங்கிக்காரியா இருப்பா பொறுக்கோ. வம்பு தும்புக்குப் போகாமெ அவளால இருக்கவே முடியாது."

செத்த நேரங்கழுச்சு கொல்லா மந்தைல வெளிக்கிருந்துக்கிட்டு இருக்கைல சம்முகக் கெழவி வந்தா. அங்க வந்து சொல்ரா, "கோவால் சாமி ஐயா எனிய ஏத்திட்டுப் போனதுதா மிச்சம். நானு எந்தப் பெயலுக்கும் ஓட்டுப் போடல. குடுத்த ஓட்ட அந்தாணிக்க மடுச்சுக் கொண்டு போயி பொட்டிக்குள்ள போட்டுட்டு வந்துட்டேன். பாத்துக்கிட்டா இருக்கான்?" பாட்டி சொல்லவும் நாங்க எல்லாருங்கெடந்து சிருச்சோம்.

வீட்ல நாங்க பேசிக்கிட்டு இருக்கைலயே நாலஞ்சு எளவட்டப் பெயல்க வந்தானுக வந்து, "ஓட்டுப்போட்டு வந்திட்டீகளா? ஒங்க ஓட்ட புரட்சித் தலைவருக்குப் போடணும். அவருதான ஒங்க பிள்ளைகளுக்கு சத்துணவு தாராரு. அதுனால அவருக்கு மறக்காமெப் போடுங்க"ன்னு சொல்லிட்டுப் போனாக.

அவனுக அங்குட்டுப் போன ஒடனே, பாட்டி சொன்னா, "ஏ போங்கடா போக்கத்த பெயமக்கா. சத்துணவு என்ன அவுகப்ப வீட்டுல இருந்தா கொண்டாந்து போடுராரு? சர்க்காரு துட்டு. கண்டமாணிக்கா அள்ளி வெளாசுராரு. நம்மளுக்கு ஒன்னுந் தெரியாதுன்னு பேசிட்டுப் போரானுக."

"நம்ம தெருப் பெயல்க இப்டி அந்தக் கச்சி இந்தக் கச்சின்னு வெறி புடுச்ச நாய்க கெணக்கா அலைரானுக. ஒழச்சமா குடுச்சமான்னு இல்லாமெ இவனுகளுக்கு எதுக்கு இந்தத் தொழிலு. அதெல்லாந் துட்டுக்காரனுக செய்ய வேண்டியதுதான். நம்ம ஒரு நா வேலைக்குப் போகலன்னா குண்டி காஞ்சு போகும். இதுல இவனுகளுக்கு கச்சி. அறிவுகெட்ட பெயல்கள போச் சொல்லு," அனந்தம்மா சொன்னா.

“இந்த கச்சி கிச்சியெல்லாஞ் சும்மா கண்ணு தொடப்பு வேலதான். இதுனால நம்ம என சனத்துக்குள்ளயே அடுச்சுக்கிட்டுங் குத்திக்கிட்டுங் கெடக்க வேண்டியதுதான். நாலஞ்சு வருசத்துக்கு முன்னால நம்ம பெயல்களே கச்சிய வச்சு ஒருத்த இன்னொருத்தனக் குத்தி கொன்னு போடல. அதுவும் பசாருல வச்சே,” பளிச்சி சொன்னா.

“ஆமாங்கத்தே, பாவம் அந்த செல்வராசுப் பெய அவனக் கொன்னு போட்டாக, அவெங் கச்சி வந்து என்ன புடுங்குச்சு? துட்டுக்காரனுக பூராம் நம்மள பகடக்காய்களாக பயன்படுத்திக்கிரானுக. இது இந்தப் பெயல்க மண்டையும் உதிக்க மாட்டேங்கி,” சவரிப்பிள்ள சொல்லிட்டு எந்துருச்சுப் போனா.

“அப்டியே ஒவ்வொருத்தரா அவுகவுக வீடுகளுக்குப் போயிட்டாக, எங்க பாட்டியும், எங்கம்மயும் நானும் ஒக்காந்துருந்தோம். கொஞ்ச நேரங் கழுச்சு எங்க பாட்டி சொன்னா, “இப்ப சம்சாரிக கூட கச்சி மாறிட்டாக. முன்னால வேற வேற கட்சியில இருந்தவுக இப்ப எவனோ அவுகாளுகள்ள அதான் நாயுடுல ஒருத்தன் புதுசா என்னமோ கச்சி தொடங்கவும் எல்லாம் அதுல போயி சேந்துட்டாக.”

“அப்ப கச்சி பெருசு இல்ல. சாதிதான் பெருசு. இல்ல பாட்டி?” நாங் கேட்டேன்.

“அப்பிடித்தான நடமொறைல இருக்கு. இது நம்ம பெயல்களுக்குத் தெரியாம கச்சிய வச்சு நம்மளுக்குள்ளயே சண்ட போடுரானுக,” பாட்டி சொன்னா.

நம்ம என்ன தவ்வு தவ்வுனாலும் எல்லாத்துக்கும் ஆணிவேரா நிக்குரது சாதிதான். சாதிலதான் மதமும் இருக்கு. அரசியலும் இருக்கு, படிப்பும் இருக்கு, எல்லாக் கழுதையும் அதுலதான். எங்க தெருவுல முக்கியமாக பொம்பளைகளுக்கு இந்த நாத்தம் புடுச்ச கச்சி கிச்சி எல்லாங் கெடையாது. யாரு வந்தா என்ன, யாரு போனா என்ன. நம்ம வகுத்துப்பாட்ட நம்ம பாக்கனும்னுதான் இருக்காக. நாங்க இருக்குர நெலைல அப்பிடித்தான் இருக்க முடிது. எல்லாந் துட்டுக்காரனுக செய்ர மப்புத்தான் இதெல்லாம்.

எங்க பொம்பளைகளுக்கு யாரு ஆட்சில இருக்கா, என்ன செய்ராக. ஏது செய்ரா, நம்ம எதுக்கு ஓட்டுப் போடனும், யாருக்குப் போடனும்னு ஒரு எழவும் தெரிய மாட்டேங்கி. ஏ.. ஆம்பளைக்கே தெரிய மாட்டேங்கி. கம்னிஸ்டுன்னு சொல்லிக்கிட்டுத் திரிரவுனுக செவப்புத் துண்ட தோளுல போட்டுக்குட்டா போதும்னு இருக்கானுக. தி.மு.கான்னு

சொல்ரவுனுக செவப்புங் கருப்புமா உள்ள கரவச்ச வேட்டியக் கெட்டுனா போதும்ங்ரான். காங்கிரஸ்காரனுக கதர்த்துண்ட போட்டுக்குரான். எதாச்சும் கச்சிக் கூட்டம், எடுபிடி வேலைக்குப் போயிட்டு ரெண்டு காசோ இல்லன்னா கொஞ்சந் தண்ணிய வாங்கி ஊத்திட்டா என்னமோ இவனுகதான் மந்திரிகளா இருக்குர மாதிரி மப்புல பேசுவானுக.

பொம்பளைக பாடு இதுக்கு மேல. பாதிப்பேருக்குமேல ஓட்டுப் போடவே போமாட்டாக. எங்க பொம்பளைக இருக்குர எண்ணிக்கைக்கு எம்புட்டெம்புட்டோ சாதிக்கலாம். எங்களுக்க இருக்குர உரிமைகளத் தட்டிக் கேக்கலாம். சும்மா அவனுக குடுக்குர பிச்சக்காச விட்டெறிஞ் சுட்டு எங்காளுகள்ளயே எம்.எல்.ஏவக் கொண்டாரலாம். அரசியலுல எங்களுக்கும் எம்புட்டு சக்தி இருக்குன்னு காட்டலாம். இதெல்லாம் உட்டுப் போட்டு... இப்டியே நெனச்சுக்குட்டு இருந்தேன்.

இப்ப கொஞ்ச வருசமா எங்க தெருவுகள்ள அம்பேத்காரு பத்தி பேச்சு அடிபடுது. அந்தத்த பாக்கியம் ஒருநாச் சொன்னா, “நம்ம பெயல்க அம்பேத்காருன்னு இங்ன பேசிக்கிட்டு அலைரானுகளா. அது எங்களுக்குத்தான் வெனையா இருக்கு. நாங்க காடுகரைக்கு வேல வெட்டிக்குப் போம்போது, ‘ஒங்க மாமேத அம்பேத்காரு பிஞ்சைல போயி வேல செஞ்சு பொழைக்க வேண்டியதுதான? இங்க எதுக்கு வாரீக’ன்னு சொல்லி மொழைய உடாமெ வெரட்டியே உட்டுட்டாரு.”

“அம்பேத்காருன்னு சொன்னா இவனுகளுக்கு என்ன வலிக்காம்?” எங்கம்ம கேட்டா.

“அவரு அம்பேத்காரு நம்மாளுகளாம்ல? நம்ம சாதி சனத்துக்குன்னு பாடுபட்டாராம்ல? ஏம்தா, இந்தப் பெயல்க சொல்ரானுக. நெசமா?” ஏங்கிட்ட கேட்டா பாக்கியம்.

“ஆமா, அவரு சொன்னபடிக்குச் செஞ்சாத்தான் வேற பெயல் களுக்கு நம்ம பலம் புரியுமே. நம்மளத்தான் ஒன்னு சேர உடாமெ கண்டமானிக்கா, கச்சி, சாமி, கடவுளு, சாதின்னு பிரிச்சு வச்சு ஆட்டம் போடுரானுக. நம்மளும் இளுச்சவாக் கொள்ளுகளா இருக்கோம்,” நாங்கோவமாச் சொன்னேன்.

“நம்ம பொட்டக்கழுதைக என்னத்த செய்ய முடியும். ஆனானப் பட்ட ஆம்பளைகளாலயே முடியல,” எங்கம்ம சொன்னா.

“அப்படிச் சொல்லாதமா நீயி. இப்டி சொல்லிச் சொல்லித்தான் நம்மள கூமுட்டைகளா ஆக்கிட்டாங்க. இப்ப பொம்பளைக என்னன்ன காரியமெல்லாஞ் செய்ராளுகங்க. வீட்ல எப்பிடி நம்மள மட்டந்தட்டி உரிம இல்லாதவுகளா ஆக்கிப் போட்டாகளோ, அதே மாதி நாட்லயும்

நம்மள ஒரங்கட்டிட்டாக. சன்னஞ் சன்னமா நாமளே சிந்திக்க, முடிவெடுக்க, துணுஞ்சு செயல்பட தொவங்கனும். துருப்புடுச்சு கெடந்த அருவாள தீட்டி கூர்மையாக்குராம்ல. அதுகெணக்கா நம்மளும் நம்மளயே கூர்மப்படுத்திக்கிட்டு தன்மாத்தோட வாழனும்.”

“கஞ்சிக்கே இல்லாமெ கஸ்டப்பட்டுக் கெடக்குர நம்ம எப்பிடி இதெல்லாஞ் செய்ய முடியும் வகுத்துப் பாடே பெரும்பாடா இருக்கு,” பாக்கியம் சொன்னா.

“நம்ம மட்டும் எதுக்கு ஒருவா கஞ்சிக்குக் கஸ்டப்படுரம்னு யோசி. மத்தவுக ஒழைக்காமயே வகுராற கஞ்சி குடிக்க, நம்ம மட்டும் ஓழச்சாலும் கஞ்சிக்கு லாட்ரி அடிக்கமெ, அது ஏம்னு யோசி. அப்பத் தெரியும் ஒனக்கு” நாஞ் சொன்னேன்.

“நீயி கேக்குரது நாயமாத்தாம்தா இருக்கு. நம்மள ஒன்னுக்கும் ஒதவாத குப்பக் கோழிகன்னு சொல்லச் சொல்ல நம்மளும் அப்பிடியே நம்பிக்கிட்டு பின்வாங்குரோம். இனியாச்சும் உருப்படியான காரியம் செய்யனும். சரி, நாம் போறேன். ஏம் மகெ, பேப்பரு வாங்கியாரச் சொன்னான். தெனமும் அங்ன ஆப்டவுகளுக்கு பேப்பர்ல போடுற சங்கதிகள வாசுச்சு காட்டுவான். வரட்டுமாத்தா?” கேட்டுக்கிட்டே எந்துருச்சு போனா பாக்கியம்.

11

எங்க தெருவுகள்ள பொம்பளைக்கு ஏகப்பட்ட கட்டுமானங்க இருக்கு. இப்பயுங் கூட ஊர்ல ஆம்பளைக மட்டுந்தான் சினிமாப் பாக்கப் போகனும். பொம்பளைக யாரும் போக்கூடாது.

எங்க ஊர்ல சினிமாக் கொட்டக இல்ல. பக்கத்து ஊர்லதான் இருக்குது. ரெண்டு மூனு மைலு தூரம் இருக்கும். நடந்து போயி பாத்துட்டு நடந்தே வருவாக. இப்ப என்னமோ ரெண்டு வண்டி உட்ருக்குதா சொல்லிக்கிராக.

எங்க பாட்டிட்ட பொம்பளைக எதுக்கு சினிமாக்குப் போக்கூடாதுன்ன கேட்டதுக்கு, “சினிமாவுக்குப் பலசாதி ஆளுக வருங்க. நம்ம பொம்பள பிள்ளைகள அங்ன எவனுங் கையப் புடுச்சு இழுத்துட்டா மல்லுக் கெட்டு வந்துரும்ல, அதுக்குத்தாம்”னா.

“வேற சாதிப் பொம்பளைகள்ளாம் போறாக, அவுகள மட்டும் இழுக்க மாட்டாகளாக்கும் பாட்டி?”

"வேற பொம்பளைகள அப்பிடி கூசாமத் தொடமாட்டானுக. நம்ம பொம்பளைகன்னா அவனுகளுக்கு ஒரு எளக்காரந்தான். அப்பிடி ஏடாகூடமா எதாச்சும் நடந்து போச்சுன்னா, பெறகு சாதிக் கலவரம் வந்துரும்னுதான். எனக்கு இம்புட்டு வயசாகுதுல்ல. சினிமான்னே எப்பிடி இருக்கும்னு கூட தெரியாது."

"அதெப்படி பாட்டி மானாங்கணியா எவனும் வந்து இழுப்பான்? மத்த பொம்பளைகளுந்தான் இருக்காகள்ள," நாங் கேக்கவும், "நாந்தான் அப்பயே சொன்னம்லத்தா. வேற சாதி பொம்பளைகளத் தொட அச்சப்படுவானுக. ஏம்னா அவுககிட்ட சாதிப் பவுரு, பணம் எல்லாம் இருக்கு. நம்மகிட்ட என்ன இருக்கு, அவெந் தொட்டாலும் அவனப் பகைச்சுட்டு நிக்க முடியாதுல்ல. ஏம்னா, அவெங்கிட்டத்தான திரும்பி நம்ம வேல வெட்டிக்குப் போயாகனும். எம்புட்டு நாளைக்கு எதுத்துக்கிட்டு நிப்ப?" பாட்டி சொல்லிட்டு எந்துருச்சுப் போகப் போனா.

நானு திரும்பியுங் கேட்டேன். "மேகலக்குடி ஆளுக நம்ம பொம்பள பிள்ளைகளத் தொட்டுட்டா மட்டும் பயந்துக்கிட்டு கண்டும் காணாதது மாதிரி உட்டுர்ரோம். அதே இது பள்ளம் பறையனுக்குள்ள பொண்ணு பிள்ளைகளத் தொட்டாலோ லக்கலு செஞ்சாலோ சண்ட நாறிப் போகுது. இப்ப மட்டும் எதுக்குச் சண்டக்காடு போடுரானுக?"

"ஓங் கிராசு கேள்விகளுக்கெல்லாம் ஒக்காந்து பதிலு சொல்லிக்கிட்டு இருக்க முடியாது. நானு வேல வெட்டிக்குப் போக வேண்டாம்" சொல்லிட்டு எந்துருச்சுப் போயிட்டா.

எனக்குத் தெரிய ஒரு தடவ பள்ளப் பிள்ள கைய பறையம் புடுச்சு இழுத்தாம்னு பஞ்சாயத்துப் போட்டுப் பேசி தெண்டம் போட்டாக. அது மாறி பறப்பிள்ளைட்ட பள்ளப் பெய குசும்பு பண்ணுனாம்னு கசமுசான்னு ஆகித் தெண்டம் போட்டாக. நம்மளுக்குள்ள இம்புட்டு வீம்பும், வீராப்பும் வச்சுக்கிட்டு இருக்குரோமேத் தவுர வெளில ஒரு மயித்தயுங்காணாம்னு நெனச்சுக்கிட்டேன்.

இப்ப இதெல்லாம் யோசுச்சுப் பாத்தா, இந்த சாதி உட்டு சாதி போயிக் கலியாணம் முடிக்குரது கூட எங்க தெருவுல ஆம்பளைக முடுச்சா கண்டுக்க மாட்டேங்காக. ஆன பொம்பளை யாராச்சும் சாதி உட்டுச் சாதி கலியாணம் முடுச்சா ஒரு பெயலும் ஒப்புக்க மாட்டேங்கா, மல்லுக்கு நிக்கானுக.

எங்க தெருவுல ஒரு பிள்ள அப்பிடித்தான் தெரியாத் தனமா போயி ஒரு பள்ளப் பெயல விரும்பிட்டா. ரெண்டு பேத்துக்கும்

மனசுக்குப் புடுச்சுப் போச்சு. அதுக்காக அவா பட்டபாடு இருக்கே! எம்மா, கனவுல கூட வேறசாதிப் பெயல்கள நெனைக்கக் கூடாதுன்னு தோணுது. அந்தப் பாடுபட்டா.

அந்தப் பிள்ளையோட வீட்ல அவளோட தம்பிக்காரனும், அப்பங்காரனும், தெனமும் அடிதான். அடின்னா லேசுப்பட்ட அடி இல்ல. இத்தனைக்கும் அது படுச்சு வேல பாக்குர பிள்ள.

செவுட்டோட அறஞ்சு கம்மலு கிம்மலெல்லாம் அக்கு வேற ஆணிவேற பிச்சுப் போட்டான் தம்பிக்காரன். இன்னொரு தடவ கழுத்துல கெடந்த சங்கிலியப் புடுச்சு இழுத்து கந்தலு கந்தலா பிச்சு எறுஞ்சான். இதாச்சும் தேவலங்கலாம். செவுட்டறையா அறைஞ்சதுல அவா காது என்னப்பாரு ஒன்னப்பாருன்னு இம்மந்தண்டிக்கு வீங்கிப் போயி கரேர்னு கெடந்துச்சு. பாவம் அவுகம்மதான் அத இதப் போட்டு ஒத்தனங் குடுத்து சரியாக்கி உட்டா.

ஒரு தடவ நானு அந்தப் பிள்ளையப் பாக்கப் போயிருக்கைல தலவிரி கோலமா கெடந்து அழுகக் கூட முடியாமெ ஏங்கிக்கிட்டுருந்தா.

“என்னத்தா?”ன்னு கேட்டேன்.

“பள்ளிக்கொடம் போயிட்டு மத்தியானங் கஞ்சி குடிக்க வந்தவள இந்தப் பெய அதான் தம்பிக்காரன் வீட்டுக்குள்ள மொழயுரதுக்கு முன்னால தல மகுத்த புடுச்சு தெருவுலருந்தே தரதரன்னு இழுத்துட்டுப் போயி அந்தானிக்க முடியப் புடுச்சுக்கிட்டே தூக்கித் தூக்கி நச்சு நச்சுன்னு தரைல அடுச்சுருக்கான். நெத்தி கித்தியெல்லாம் பேந்து போயி ரத்தக்காடு மூஞ்சி மொகர எல்லாம் ஒழுகுது. வலி தாங்க மாட்டாமெ நிமுந்தான்னு பாவிப்பெய முடியப் புடுச்சு அந்த இழு இழுத்து கொத்துக் கொத்தா முடி கீழே உழுகுது. வெலாவுல மாறி மாறி எத்தி மூச்சு உட முடியாமெ கெடக்கா. இந்தக் கண்ட்ராவிய பாத்த அவுகய்யா ஓடியாந்தாக. அவரு வெலக்கித்தான் உடப் போறாகன்னு பாத்தா மஞ்சனத்திக் கம்பக் கொண்டாந்து அவுக நாலு வச்சுட்டுப் போராக. நாம் பொம்பள; எனியால வெலக்க முடியல. கதவயும் பூட்டிப் போட்டுக்கிட்டு அடிக்கான். எம்புட்டு வெறிபுடுச்சவனா இருக்காம்ங்ற. இங்குட்டுப் போறான், ஓடியாந்து வெலாவுல எத்துரான். அங்குட்டுப் போறான், ஓடியாந்து அம்புட்டு வெசையா எத்துரான். மூஞ்சி மேலய மிதிக்கான். இவனுக்கு வாக்கப்படுர வாள்ளாம் என்ன கெதி ஆகப் போராளோ,” அழுகையுங் கண்ணீருமா அந்தப் பிள்ளையோட அம்ம சொன்னா.

இதக் கேட்டுட்டு நானு அப்பிடியே உக்குச்சுப் போயி நின்னேன். மேக்கொண்டு என்ன பேசுரதுன்னு ஒன்னுந் தெரியல. நானு அவெங்

கிட்டக் கேக்கட்டான்னு கேட்டதுக்கு, "ஐயய்யோ, வேண்டாக்கா, நீ கேட்டுட்டுப் போனாப் பெறகு எனிய உசுரோட உட மாட்டான்," சொல்லிக்கிட்டே எனிய கெட்டிப் புடுச்சுக்கிட்டு அழுகுரா. கண்ணுல மால மாலையா கண்ணீரு ஊத்துது.

"சரி இவா பள்ளிக்கூடத்துலருந்து வரைல என்ன செஞ்சான்னு இப்பிடி கொல பாதகமா அடுச்சான்?" நாங்கேட்டேன்.

"அதான், அந்தப் பையன் இருக்காமுல்ல, இவா செநேகதமா இருக்காள்ள பள்ளப் பெய, அவனோட மதினியோ, யாரோ ஒருத்தி இவளக் கூப்டு பேசிட்டாளாம். அதுக்குத்தான்," அவுகம்ம சொன்னா.

இதுக்குப் போயா இம்புட்டு அடி அடுச்சாம்னு எனக்கு ஆக்ரோசமா வந்துச்சு.

"இந்தானிக்கா் இந்தக் காயத்தோட போயி போலிசு டேசன்ல எழுதி வச்சா என்ன?"ன்னு கேட்டுட்டேன்.

"ஐயய்யோ வேண்டாம்கா. தயவு செஞ்சு ஒன்னுஞ் செய்ய வேண்டாம்கா," சொல்லிக்கிட்டு கையெடுத்து பரிதாவமா கும்புடுரா. பயந்து நடுங்குரா.

சரி இந்தப் பிள்ளைய எப்பிடியாச்சும் அந்தப் பையனுக்குக் கெட்டி வச்சுரனும்னு மனசுக்குள்ள நெனச்சுக்கிட்டு, "நீ இந்த அடி வாங்கிச் சாகுரதுக்கு பேசாமெ கலியாணத்த முடுச்சுரு," நாஞ் சொன்னேன். அவா ஒன்னும் பேசிக்கல. ஊமையா கெடந்து கண்ணீர் உட்டா. சரின்னுட்டு நானு வந்துட்டேன்.

இதுக்கெடயில எங்க தெரு ஆம்பளைக கொஞ்சப் பேரு அந்தப் பையனோட தகப்பங்கிட்டப் போயி ஒன்னுக்கு ரெண்டா கத அளந்து உட்டுருக்கானுக. அவருகிட்ட சொன்னதுமில்லாமெ, இந்தப் பிள்ளை யோட தம்பிக்கிட்டயும், அய்யாகிட்டயும் கண்டமானிக்க இழுத்து உட்டுருக்கானுக; அதக் கேக்கக் கேக்க இந்தப் பிள்ளைக்குத் தெனமும் அடிதான்; வசவுதான்.

இத நிப்பாட்ட சீக்கிரத்துல கலியாணம் முடித்தான்னு நாஞ் சொன்னதுக்கு, "நானு இப்பத்தான் வேலைல சேந்துருக்கேன். ரிஜிஸ்தர் கலியாணம் முடுச்சா வேலைல இருந்து எடுத்துருவாக. கோயில்லதான் முடிக்கனும். அப்பிடின்னாலும் நம்மூரு கோயில்ல முடிக்க முடியாது. பறப்பெயல்க சும்மா உட மாட்டானுக. அவுக வீட்லயும் உடமாட்டாக. வேற ஊர்ல முடிக்கனும்னா நம்ம பங்குச்சாமியாரு உத்தரவு எழுதிக் குடுக்கனும்னு சொல்ராக," அந்தப் பிள்ள சொல்லிக்கிட்டு பாவம் போல முழிக்கா.

அவா சொல்றதும் நாயந்தான். ஏம்னா, அவா கிறிஸ்தவச் சாமியாருக பள்ளிக் கொடத்துல வேல பாக்கா. அவுக இஸ்டப்படி நடக்கலன்னா, கண்டதக் களியதச் சொல்லி வேலைலருந்து நிப்பாட்டிப் போடுவாக. யோசுச்சுட்டு, “நீ அந்தப் பங்குச் சாமியார்ட போயி எல்லா வெவரத்தையும் சொல்லி எழுதிக் கேளுத்தா” நா ஒரு கூறுகெட்ட குப்பக் கோழி சொன்னேன்.

அந்தப் பிள்ளையும் போயி வெவரம் பூராஞ் சொல்லி கேட்டுருக்கா. பெறகுதான் தெரியுது அவெ எம்புட்டு நீசப் பெயன்னு.

இந்த மாதிரிக் கலப்புத் திருமணஞ் செய்ரது நல்லது, அது இதுன்னு திருச்சப சட்டத்துல சொன்னாலும் இந்தச் சாமியாரா இருக்கவனுக என்னமோ இதுக்குத் தடுதலயாத்தான் இருக்கானுக. அந்தப் பங்குச்சாமியானும் அந்தப் பிள்ள கதயக் கேட்டுட்டு, அத ஒரு எளக்காரமா வாரவுக போறவுகட்ட எல்லாஞ் சொல்ரது, இந்தப் பிள்ளய என்னமோ தேவிடியாத்தனஞ் செஞ்சவா கெணக்கா பேசுரது, வைரது, தனிய ரூம்புக்குள்ள கூப்டுகிட்டு பல்லிளிக்குரது, பலவட்ரத் தனமா பேசுரது இப்பிடியே செஞ்சுக்குட்டு, அவள வீட்டுக்கும் கோயிலுக்குமா நாயி கெணக்கா இழுத்தடுச்சானே ஒழிசு கலியாணமுஞ் செய்யல; காடயத்தும் செய்யல.

அடுத்து வந்த சாமியார்ட கெஞ்சிக் கூத்தாடி எழுதி வாங்கிக் கிட்டு, ஊருக்குத் தெரியாம தெருஞ்ச பிரண்டுகளோட ஒதவியோட வேற ஒரு ஊர்ல போயி தாலியக் கெட்டிட்டு இருந்துச்சுக. கொஞ்ச நாள்ல அதயுங் கண்டுபுடுச்சு ஊர்ல ஆம்பளைக குதுச்சுருக்கானுக. இப்ப என்னமோ அவா வேற ஊர்ல வேல பாக்கா. சொந்த ஊர்ல நொழைய முடியல. இவுக வீட்டுகள்ள இன்னும் எதிர்ப்புத்தான். ரெண்டு பேரும் ஊருக்குள்ள நடமாட முடியாமெ தலமறவா அலையுதுக பாவம்.

நெனச்சுப் பாக்கைல, என்னடா இந்தப் பிள்ள அப்பிடி என்ன தப்பு செஞ்சுருச்சுன்னுதான் தோணுது. எங்க தெருவுலயே ஆம்பளைப் பெயல்க வேற ஊர்கள்ள இருந்து வேற சாதிப் பொண்ணுகள கெட்டியாந்து வச்சுருக்கானுக. அதெல்லாஞ் சரின்னு ஏத்துக்கிரவனுக ஒரு பொம்பள வேற சாதி ஆம்பளையக் கலியாணம் முடுச்சா அவனுகளுக்கு வலிக்குது. அவனுக செஞ்சா கரெக்டு. அதையே ஒரு பொம்பள செஞ்சா. தப்பு. இது என்ன நாயமுன்னு தெரியல.

அவனுக வேற சாதிப் பொண்ணுகள கெட்டிக்கிட்டா ஒன்னு மில்லியாம். ஆனா ஒரு பொம்பள வேற சாதிக்காரனக் கெட்டுனா

சாதியோட மான மருவாத எல்லாம் போச்சாம். இதுல மான மருவாத எங்குட்டுக் கூடி எப்பிடிப் போகுதுன்னு தெரியல.

இதே மாதிரித்தான் பொம்பள நாலெழுத்துப் படுச்சு, நாலெழுத்து எழுதி, நாலெடத்துல துணிஞ்சு பேசிட்டாலும், அவனுகளுக்குப் பொறுக்க மாட்டேங்கி. 'என்ன இருந்தாலும் பொட்டச்சி தான'ன்னு சொல்லி, பொம்பளையாப் பெறந்துட்டதுனால அவா என்ன செஞ்சாலும், வச்சாலும், ஆம்பள அதக் கீழ் ரேட்டாத்தான் மதிக்கிறானுக. எல்லா வெசயத்துலயும் இப்பிடித்தான் இருக்குது. யாராச்சும் பொம்பளைக நல்ல படியா, ஏதாச்சும் செஞ்சுட்டாக் கூட அவளப் பாரப்பா; ஆம்பள கெணக்கா,' அப்பிடின்னு அப்பக்கூட ஆம்பளயத்தான் ஒசத்துறானுக.

ஆம்பளங்ற ஒரு காரணத்துக்காக அவனுக நெனச்ச பொண்ணக் கெட்டிக்கலாம். அதுவும் வேற சாதில கூட கெட்டிக்கலாம். ஆனா பொம்பளையாப் பெறந்துட்டா எங்க சாதிக்குள்ள யாரையுங் கெட்டலாம். ஆனா வேற சாதில கெட்டக்கூடாது. அதுகூட படிக்காமெ காடுகரைகள்ள வேல வெட்டிக்குப் போற பிள்ளைக எங்க சாதிக் குள்ளயே புடுச்ச மாப்பிள்ளைக்கு வாக்கப்பட முடியுது. மொறப்படி வாக்கப்பட உடலைன்னா அதது சேந்துக்குருதுக. ஆனாக் கொஞ்சம் படுச்சு கிடுச்சு வந்துட்டா இப்பிடி நெனச்ச மாப்பிளையத் தேடவும் முடியாது. கெட்டவும் முடியாது. சாதி உட்டுச் சாதி போயி கெட்டிட்டா, சாதிக் கலவரமே வந்துரும் பொறுக்கோ. வேற எங்குட்டாவது ஊர்களுக்குப் போயித் தெரியாமக் கெட்டிக்கிட்டாத்தான் உண்டு.

"ஏ, நம்ம தெருவுல ஆம்பளைக இல்லியோ, வேற சாதில போயி ஆம்பள தேடுறதுக்கு"ன்னு வைரானுக. எங்க சாதிக்குள்ளயே பத்துப் பேர்க்கூட போனாலும் பரவாயில்லயாம். ஆனா வேற சாதி கூட போகக் கூடாதாம்.

நம்ம சாதிக்குள்ளயே முடிக்கனும்னு என்ன கணக்கு? மனசுக்குப் புடுச்சவனக் கெட்டிக்கிட்டு சந்தோசமா வாழட்டுமேன்னு உடமாட்டானுக. ஆம்பள சொல்றதுதான் சட்டம். அவெஞ் சந்தோசந் தான் முக்கியம். அவனுக்கு எது இஸ்டமோ அதான் நடக்கனும். அவெஞ் சவுகரியப்படிதான் எல்லாம் இருக்கனும். பொம்பள சவுகரியத்துக்குனு ஒன்னு செஞ்சுட்டாப்போதும். அவனுகளால பொறுக்க முடியாது. வானத்துக்கும் பூமிக்குமா எகுறுவானக. இவனுக கீச்சுன கோட்டத் தாண்டக் கூடாதும்பானுக. இம்புட்டுக் காலமா தாண்டாம இருந்துதான் என்னத்த வாரிக் கெட்டிக்கிட்டோம்?

12

ஆன மோண்ட மாதிரி மழச் சடச்சடன்னு ஊத்துது. நாங்க ஒரு அஞ்சாறு பேரு தொப்புளானோட தொழுவத்துல மழைக்காக ஒதுங்கி ஒக்காந்து பேசிக்கிட்டு இருந்தோம்.

"இந்த மழ எள்ளுக்கும், பருத்திக்கும் நல்லது. நல்லாக் கீரத்தண்டுக கெணக்காத் தளதளன்னு வளந்துருங்க," சூசையம்மா சொன்னா.

என்னமோ அவா பெத்த பிள்ளைக வளர்ரது கெணக்கா அம்புட்டுப் பாசத்தோட எள்ளுச்செடி, பருத்திச் செடிகளப் பத்திப் பேசவும், "நீயி காடு வாங்கி இருக்கியாகும்தா?" சோலயம்மா கேட்டா.

"நா எந்தக் காட்டுக்குப் போக? சம்சாரிக காடுகளத் தாஞ் சொல்றேன். அவுகளுக்கு வெள்ளாம வெளச்சலு நல்லா இருந்தாத்தான நம்மளுக்கு வேல வெட்டி கெடைக்கும். நம்மாளுக காடுகர வாங்கிப் பொழச்சாத் தாஞ் சொல்றியா, என்னமோ நம்மளும் ஆத்தமாட்டாமெ இருக்கோம்."

சூசையம்மா சொல்லி முடிக்கவும், "என்னத்தா இம்புட்டுச் சடவாச் சொல்லிட்ட, காடுகரதானா பெருசு? நம்ம ஏதோ ஒழச்சமா, கஞ்சி குடுச்சமான்னு அன்னாடம் பொழுத ஓட்ரோம். மேகலக் குடிகள்ள போயிப் பாரு. சொத்து சொகமிருந்து என்ன செய்ய. அம்மாக்கமாருக பூராம் ஆம்பளைகளுக்கு அடங்கி ஒடுங்கி பெட்டிப் பாம்பாச் சுருண்டு கெடப்பாக."

"சட்டிக்குப் பொட்டிக்கு எல்லாஞ் சரித்தான். நம்ம ஒருவகைல தும்பப்படுறோம். அவுக ஒருவகைல தும்பப்படுராக."

"அவுகளப் பாத்தாத் தும்பப்படுரது கெணக்காவா இருக்குது? நல்லா நெழலுல இருந்துக்கிட்டு காச்சவும் திங்கவுமா இருக்காக. வெதத்துக்கு ஒரு சீல துணிமணி உடுத்துராக. தெனமும் குளிப்புத்தான் வளிப்புத்தான். அவுகளுக்கு என்ன கொறந்ற?"

தொழுவத்துக்கு எதுத்தாப்ல நாகம்மாக் கெழவியோட வீடு. அவா வீட்டுத் திருணைல ஒக்காந்து அரிசி பொடச்சுக்கிட்டு இருந்த நாகம்மா சொன்னா, "மலைக்கும் மடுவுக்கும் ஒப்புட்டு பேச முடியுமா? நம்ம குப்பக்காட்டுக் கழுதைக. சாகுந்தட்டிக்கும் இதே கெதிதான்."

இதக் கேட்ட மேரிப்பிள்ள சொன்னா, "அப்பிடி ஒரேடியா நம்மள மட்டந் தட்டாத. ஒங்க காலத்த விட எங்க காலத்துல எம்புட்டோ மாறித்தான் இருக்கு. அவுககிட்ட எம்புட்டுக் கெடுபிடிக இருக்கு தெரியுமா.

அதெல்லாம் பாத்தா நல்லகாலந் தாயே, நம்ம பறக்குடில பெறந்த துன்னு நெனச்சுக்கிருவேன்."

"அப்டி என்னத்தா கெடுபிடிக அவுககிட்ட இருக்கு?" நாங் கேக்கவும்,

"நல்லாக் கேட்டத்தா நீயி. அம்மாக்கமாருக வீட்டுகள்ள போயி ஒரு ரெண்டு வருசம் வேல வெட்டி செஞ்சு பாரு, தெரியும். நானு அந்தய்யா செயக்குமாரு வீட்ல சாணி சகதி அள்ளிக்கிட்டு அவுக காட்ல பண்ண வேல பாக்கைல தான் அவுக வகுசகள தெருஞ்சுக்கிட்டேன்;"

மழ இப்பக்குள்ள நிக்காது போலுக்கோன்னு சொன்ன மேரி தொயந்து சொன்னா.

"அம்மாக்கமாருக வெளிப்பார்வைக்குத்தான் இப்பிடி இருக்காக. அவுகாளுகள்ள கொமரி குட்டச்சிகளக் கர ஏத்துரதுன்னா லேசுப்பட்டக் காரியமில்ல. கழுத்து நிமுர நக போடனும், கைல ரொக்கங் குடுக்கனும், காடுகரைகளை எழுதி வைக்கனும். இம்புட்டுஞ் செஞ்சு கெட்டிக் குடுத்தாலும் போற லெக்குகள்ள சந்தோசமாவா இருக்காகன்னா நெனச்சீக. அது பத்தாது இது பத்தாதுன்னு கொறவெட்டி கொடுமப்படுத்துவாக. மாப்பிள்ளைக கெடைக்குரதுக் குதுரக் கொம்புதான்." மேரி சொல்லி முடிக்கவும்,

நாகம்மாக் கெழவி சொன்னா, "நீ சொல்றதும் நெசந்தாம்தா. நம்ம தெருவுகள்ள அப்பிடி இல்ல. என்னமோ நம்மளால ஏண்டது காதுல, மூக்குல, கம்மலு மூக்குத்தட்டக் குத்தி உட்டு பத்தி உட்ரலாம். கலியாணச் செலவு பூராம் மாப்பிள்ள வீட்டாளுக பாத்துக்குரும். நம்ம ரொக்கங் குடுக்க வேண்டாம். மாப்பிள்ள வந்து பருசம்னு போட்டு நம்மளுக்கு ரொக்கங் குடுத்துக் கெட்டிட்டுப் போகனும்."

"அது மட்டுமில்ல பாட்டி. மேச்சாதிகள்ள அந்தா இந்தான்னு கடப்பட்டு ஒடப்பட்டு முக்கித் தக்கி ஒரு பொண்ணக் கெட்டிக் குடுத்தாவிட்டி, புருசஞ் செத்துப் போராம்னு வையி. அந்தப் பிள்ளையோட கெதி அம்புட்டுத்தான். பூவு, பொட்டு, மஞ்சளு ஒன்னும் வைக்கக்கூடாது. நகநட்டுன்னு போடக்கூடாது. கலர்ச்சீலைக கெட்டக்கூடாது. வெதவன்னு சொல்லி எந்த நல்ல காரியத்துலயும் ஒதுக்கியே வப்பாக. அந்தய்யா குப்புசாமி நாய்க்கரோட மகா, கலியாணம் முடுச்ச ரெண்டாவது வருசத்துலயே வெதவயாகிட்டு, பாவம் அந்த இம்சப்படுது. கஞ்சித் தண்ணி கூட சரியா வகுத்துக்கு ஊத்த மாட்டாகளாம். நம்ம தெருவுகள்ள அப்பிடியா? வெதவன்னு பேரு கூட கெடையாது. நம்ம எல்லாரும் ஒன்னுமண்ணா இருக்கோம்."

"நம்ம தெருவுல புருசஞ் செத்தப்பெறகு எம்புட்டுப் பேரு மறுகலியாணஞ் செஞ்சுருக்காக? அது நம்ம சாதி வழக்கம். இந்த

நாகம்ம கெழவிகூட ரெண்டாங் கலியாணந்தான் முடுச்சுருக்கா. இல்ல பாட்டி?" மரியம்மா கேக்கவும், "ஆமாத்தா. அதுல தப்பு இல்லன்னு நம்ம சொல்றோம். மேகலக்குடில அப்பிடி முடிக்கிரத அசிங்கம்னு சொல்றாக." நாகம்மா சொல்லிட்டு ஒல வைக்கனும்னு உள்ள எந்துருச்சுப் போனா.

"ஏ, வாங்கடி. மழ உட்டுருச்சு. வீடுகளுக்குப் போவம்"னு சொல்லிக்கிட்டு அம்புட்டுப் பேரும் வீடுகளுக்கு ஓடிப்போனோம்.

வீட்டுக்கு வந்தப்பெறகும் நாங்க தொழுவத்துல பேசுனதையே நெனச்சுக்கிட்டு இருந்தேன். அப்பிடிப் பாக்கப் போனா நானு பறச்சியாப் பெறந்தது ரொம்ப நல்ல காரியமாத்தான் தெரியுது. ஆனா எம்புட்டுத் தடவ இந்தச் சாதில பெறந்ததுக்காக வெக்கப்பட்டுக்கிட்டு வருத்தப்பட்டு இருந்திருக்கோம்னு மனசுல நெனச்சுக்கிட்டேன்.

நம்மகிட்ட பல நல்ல சங்கதிங்க இருந்தாலும் அதையெல்லாம் நம்ம உட்டுட்டு மேகலக்குடில இருக்குரதுதான் ஒசந்ததுன்னு நெனச்சுக்கரோம். எப்படியும் இக்கரைக்கு அக்கரப் பச்சதான?

நம்ம பிங்கொசுவம் வச்சுச் சீல கெட்டுரது, தல மயித்தத் தூக்கிக் கொண்ட போடுரது, இதெல்லாங்கூட பாத்தா அழகாத்தான் இருக்கு. ஆனா இதெல்லாம் அசிங்கம்னு மத்தவுக சொல்லிட்டதுனால நம்மளும் அசிங்கம்னு நெனச்சுக்கிட்டு மேகலக்குடிப் பொம்பளை களோட பழக்கவழக்கங்கள காப்பி அடிக்கனும்னு ஆசப்படுரோம்.

இப்பிடி யோசுச்சுக்கிட்டு இருக்கைல பக்கத்து வீட்டுச் சிட்டு பொட்டியுஞ் சொளகுமா உள்ள வந்தா.

"என்னச் சினும, இந்நியாரத்துல பொட்டியுஞ் சொளகுமா வார? ஓம்மகா வந்துட்டாளா?" நாங் கேட்டேன்.

"நாளிக் கேப்ப இருக்குத்தா. அதத் திருச்சுச் களிக் கிண்டலாம்னு பாக்கேன். இந்த மழைக்கு அதுக்கும் சூடாக் களிக் கிண்டி, சூடக் கருவாட்டுத் தண்ணி வச்சிக்கிட்டுத் தின்னா அப்பிடி இருக்கும். ஒங்க திருக எங்க கெடக்குது. திரிக்கத்தான் வந்தேன். ஏம்மகா இப்ப வருவா;" சொல்லிக்கிட்டே சாக்க விருச்சுப் போட்டுத் திருகக் கல்லத் தூக்கி வச்சு கேப்பயத் திரிக்க ஆரம்புச்சா. அவா திருச்சுக்கிட்டு இருக்கைலயே அவா மகா தேவி வந்தா.

"ஏம்மா, ரவைக்காச்சும் அரிசி வாங்கிச் சோறாக்கலாம்லமா. பகலைக்குக் கேப்பக்கூழு; ரவைக்குக் கேப்பக்களி. சீன்னு வருது ஒனியோட," சொல்லிட்டு கூட ஒக்காந்து கேப்ப திருச்சா.

"கேப்பைல எம்பூட்டுச் சத்து இருக்குன்னு ஒனக்குத் தெரியாது. போயி பரம சிவெ நாய்க்கரு வீட்ல பாரு. அவரு பெரியய்யாவுக்கு

காலைலயும், ராத்திரியும் கேப்பயத்தாங் குடுக்காக. அம்புட்டுச் சொத்துக்காரரு. பாவம், கூழத்தாங் குடிக்காரு.'' சிட்டு சொல்லவும், எங்கம்ம சொன்னா, "அவரு சீக்காளித்தா. அதான் அப்படிக் குடிக்காரு.''

"கேட்டுக்கோமா, அப்ப நம்ம பூராஞ் சீக்காளிகதான். அதான் ராப்பகலாக் கூழக் குடிக்கோம். இப்பிடிக் கரேர்னு கூழக் குடிக்கப் போயித்தான் நம்ம பிள்ளக்காடுக பூராம் கன்னங்கரேர்னு காக்கா நெறத்துல பெறக்குதுக. மேகலக்குடில பாரு, அம்புட்டுப் பிள்ளை களும் செவேர்னு பெறக்குதுக. செல பிள்ளைகளச் சுண்டுனா ரத்தம் வரும். அப்பிடி இருக்குதுக. ஏம்னா, அவுகப் பாலுஞ் சோறுமாத் திங்காக,'' தேவி சொல்லி முடிக்கக்கூட இல்ல. அதுக்குள்ள கோழிக் கூட்டு மேல ஒக்காந்துருந்த ரெண்டுபல்லி சொன்னா, "ஏ, போடி... வெவரங் கெட்ட கழுத. நம்ம பிள்ளக்காடுக களையா இருக்குதுக. கருப்புத்தான் கட்டி வைரம். அவுக தெருவுக்குள்ளப் போயிப் பாரு. தோலுதான் வெள்ளத் தோலு. மொகரயும் மூஞ்சியும்பாரு. கட்டாணியும் பிட்டாணியுமா, பூராங் குண்டக்க மண்டக்க இருக்காளுக. அவளுக மொகவாக்குக்கு நம்ம நெறத்துல இருந்தாளுகன்னா ஒரு கழுத கூட அவுகளத் திரும்பிப் பாக்காது.'' ரெண்டுபல்லி சொல்ரதும் நெசந்தான்னு நெனச்சேன். ரெண்டு பல்லிக்கு முன்னாடி ரெண்டு பல்லு தெத்துப் பல்லா நீட்டிக்கிட்டு இருக்கும். அதுனாலதான் அவா பேரு ரெண்டுபல்லி.

திருகக் குழிக்குள்ள கேப்பய அள்ளிப் போட்டுக்கிட்டே சிட்டு, "இந்தப் பிள்ள எப்பயும் இப்பிடித்தான். மேகலக் குடின்னா என்னமோ தேவலோகத்து ரம்பைக கெணக்காத்தான் பேசுவா. கழுதைக்குதெரிமா கற்பூர வாசம்? நம்மள மட்டந்தட்டியேதான் பேசுது கழுத,'' அவா மகளப் பத்திச் சொல்லிக்கிட்டா.

ஒடனே ரெண்டுபல்லி, "ஏடி, நீயி நாலாங் கெளாசுவர படுச்சிருக்கீலடி. புத்தியக் கொண்டி யோசிக்கனுமடி. மேகலக்குடிப் பொம்பளைகள நம்மளக் கெணக்கா வந்து தொழிக்குள்ள நாத்து நடச் சொல்லு, கள எடுக்கச் சொல்லு. கதுரறுத்துச் செமக்கச் சொல்லு பாக்கேன். தன்னால நோனி தள்ளிப் போயி கெடப்பாக. சும்மாக் கஞ்சியக் காச்சிக் குடுச்சுப் போட்டு மினுக்கிட்டு இருக்குரது பெரிய காரியமாக்கும்?'' சொல்லிட்டு பொடிமட்டய விருச்சு பொடி அள்ளிப் போட்டுக்கிட்டா.

தேவிப்பிள்ள மேல ஒன்னும் பேசல. சிட்டுத்தான் தன்னால பேசிக்கிட்டுத் திருகயச் சுத்துனா. "வேற தெருவுகள்ள பொம்பளப் பிள்ள பெறந்துச்சுன்னா என்னமோ எழவு உழுந்தது கெணக்கா துக்கப்படுவாக. ஏம்னா, பொட்டச்சிக்குக் கலியாணம் முடிக்கனும்னா

சீரு செனத்தினு நெறய்யா கொட்டி அழுகனும். இதுனால பொட்டச்சின்னா செலவு, ஆம்பளப் பிள்ளன்னா வரவும்பாங்க. இன்னுஞ் செல லெக்குகள்ள பாதகத்திக பொட்டப் பிள்ளனா, பச்ச மண்ணுன்னு கூட பாக்காமெ கொன்னு போடுராளுகளாம். ஈவு எரக்கங் கெட்ட முண்டைக."

"அந்த மட்டுக்கும் நம்மகிட்ட இப்பிடி வழக்கமில்ல. பொம்பளன்னாலும், ஆம்பளன்னாலும் பெத்து வளத்து உட்ருதாக. வளந்தாப் பெறகு ரெண்டு பேருமே வேல வெட்டி செஞ்சு தான் கஞ்சி குடிக்கனும். இதுல என்ன ஆம்பளன்னா ஒசத்தி?" நாஞ் சொல்லவும், தேவியும் ஆமாக்கான்னு ஒத்துக்கிட்டா. பெறகு திருச்ச மாவுல இத்தினி அள்ளி வாயுல போட்டா.

அதப்பாத்த சிட்டு, "பாத்துக்கிட்டியாத்தா? கேப்பன்னா எளப்பமா பேசுன கொள்ளு பச்ச மாவ அள்ளித் திங்கரத;" சொல்லிக்கிட்டே திருச்ச மாவப் பொட்டிக்குள்ள அள்ளிக்கிட்டுத் திருகயத் தூக்கி ஓரத்துல வச்சுட்டுப் போனா.

சனிச் சனிக்கெழம சாயங்காலம் நாங்க கெணத்துக் காட்டுச் செம குளிக்கப் போவோம். அப்பிடியே அழுக்குத் துணிகளக் கொண்டு போயித் தப்பிக் காயப்போட்டுக் கொண்டாருவோம். ஏம்னா, நாயித்துக் கெழமக் காலைல கோயிலுக்குப் பூசைக்குப் போகனும். வாரத்துல அந்த ஒரு நாளுதான் குளிப்பு. குளிக்குரது கூட எங்களுக்குப் பெரிய சொகபோகங் கெடைக்குரது கெணக்காத்தான். தெனமும் வேனாப் பறந்த வெயிலுக்குள்ள வேல செஞ்சுட்டு வீட்டு வேலையும் பாத்துக்கிட்டு இருக்கவே பொழுது சரியாப் போகுது. அதுனால குளிக்கக் கூட முடியாது.

குளிக்கும்போது கெணத்து மேல இருந்து, பம்பு செட்டு ரூமு மேல இருந்து கெணத்துக்குள்ள டமார்னு உழுந்து நீச்சலடிப்போம். நாஞ்சின்னப் பிள்ளையா இருக்கைல ஆம்பள, பொம்பளன்னு வித்தியாசம் இல்லாமெ, எல்லாப் பிள்ளைகளும் ஒன்னுமன்னாக் கெடந்து நீச்சலடிப்போம். முங்கு நீச்சல போயி தண்ணிக்குள்ளயே தொட்டுப்புடுச்சு வெளாடுவோம். பெரிய பிள்ளையா ஆனப் பெறகு பொம்பளைகளாக் குளிப்போம்.

அங்ன குளிக்குது பூராம் பள்ளு, பறை, சக்கிலியக் குடிப் பொம்பளைகதான்.

அசிங்கமெல்லாம் படமாட்டோம். நாங்க பாட்டுல துணி மணிகள அவுத்துப் போட்டுட்டு குளிப்போம். அன்னைக் குத்தான் இத்தினி மஞ்சளும் மொகத்துக்குப் பூசுவோம்.

ஒரு தடவ ராசா நாய்க்கரு கெணத்துல நாங்க ஒரு பத்துப் பன்னெண்டு பொம்பளைக குளுச்சுக்கிட்டு இருந்தோம். சின்னப் பிள்ளக் காடுகளும் ஒரு நாலஞ்சு பேரு இருந்துச்சுக. அப்ப நாங் கேட்டேன். "வேற சாதிப் பொம்பளைக ஒருத்தரும் இங்க குளிக்க வரமாட்டேங்காகளே எதுக்கு?"

ஒடனே தண்ணிக்குள்ளயே நெலா நீச்சு அடுச்சுக்கிட்டுருந்த ஒதடிப்பிள்ள சொன்னா, "அவளுகளுக்கெல்லாம் நீச்சலுத் தெரியாதே. அதுவுமில்லாமெ, இப்பிடி நாலு பேருக்கு எதுக்க அவுகள்ளாம் மூண்டக் கட்டையாக் குளிக்க மாட்டாளுக. என்னமோ அவுகளுக்கு மட்டும் வேற மாதிரி இருக்குரது கெணக்கா பொத்திப் பொத்தி வச்சுக்கிருவாளுக."

"இவா ஒரு அக்குருமம் புடுச்ச கூதி. எதுக்கெடுத்தாலும் ஆம்பளைக சாமானம், பொம்பளைக இருப்பிடத்தத்தாஞ் சொல்லிப் பேசுவா. இங்னக் குள்ள் நம்ம கீச்சாதி ஆளுக குளிக்குர லெக்குல வந்து அம்மாக்கமாருக குளிக்க முடியுமா?" கன்னியம்மா சொல்லவும், "ஏ, இங்ன குளிக்குர நம்மெல்லாம் பீதிங்ர பன்னிகளா? சரி, இங்ன குளிக்காட்டி வேற கெணத்துகள்ள போயி குளிக்கலாம்ல?" ஒதடிதான் கேட்டா.

"அவளுக பூராம் பயந்தாங் கொள்ளிகடி. நீச்சலுந் தெரியாது ஒரு எழவும் தெரியாது அங்ன வீட்டுகள்ளயே ரெண்டு வாளி தண்ணிய வச்சுக்கிட்டு மோந்து மோந்து ஊத்திக் குளிப்பாளுக. அது என்னன்னு தான் இத்தினிகானு தண்ணிய மோந்து ஊத்திக்கிட்டு குளிக்காளுகளோ. இப்பிடி முங்கிக் குளிக்குது எப்பிடி இருக்கு?" சொல்லிக்கிட்டே டொம்முன்னு தண்ணிக்குள்ள குதுச்சா பூர்ணம்.

"நம்ம வீட்டுகள்ள குளிக்குதுக்குன்னு எடமில்ல. இத்தினிக்கனு குடுசைக்குள்ளக் கூழக் காச்சிக் குடுச்சுட்டு அதுக்குள்ளயே மொடக்கிக் கிட்டு கெடக்குர நம்ம எங்குட்டுப் போயி குளிக்க முடியும்? அத உடு. பிள்ளப் பெத்தா, வெந்நி கின்னி வச்சு ஊத்த எடமிருக்கா? அதான் கெணத்துக்காட்டுச் செம வாரோம். அம்மாக்கமாரு வீடுகள்ள குளிக்குதுக்கு, கொல்லைக்குப் போக, ஒன்னுக்குப் போகன்னு தனித்தனியா ரூம்பு ரூம்பா கெட்டி வச்சுருக்காக. பெறக அவுக எதுக்கு இங்க வரனும்?" வரப்போரமாப் புல்லறுத்துக்கிட்டு இருந்த கோவாலு பாட்டி சொன்னா.

"நீயி இப்பிடியா கெழவி சொல்ற? நம்மளக் கெணக்கா இப்பிடிச் சொதந்தரமா வந்து குதுச்சு, நீச்சலடிக்க முடியுமா அவுகளுக்கு! இந்தக் கும்மரச்சமெல்லாம் அவுகளுக்குக் கெடைக்காதுல்ல. இருவத்து நாலுமணி நேரமும் சொவத்தப் பாத்துக்கிட்டு என்னன்னுதான்

அப்பிடி இருக்க முடியுதோ? நம்மளால எல்லாம் அப்பிடி முடியாது தாயி;" பூர்ணம் சொல்லவும் எனக்கும் அது சரின்னு பட்டுச்சு.

பேசிக்கிட்டே குளுச்சு முடுச்சுட்டு காயப்போட்ட துணி மணிகள அள்ளிக் கெட்டிக்கிட்டு வீட்டுக்கு வந்துட்டோம். வரும்போதே ஒதடி கேட்டா, "இந்தச் சம்முகக் கெழவி குளிக்கப் போயி வசவு வாங்குன கத தெரியுமா ஒங்களுக்கு?"

"எங்க போயிக் குளிக்கப் போனா?"

"அவளுக்கு மப்பு. இங்குட்டெல்லாம் கெணரே இல்லன்னு அந்தா அங்க ரோட்டோரத்துல அந்தய்யா சினிவாசங்கெணத்துல, அதுலயும் ஒத்தயில போயி குளுச்சுருக்கா. அவரு ஏற்கனவே இந்தப் பறக்குடிக் கழுதகவந்து குளுச்சு கெணத்துத் தண்ணிய நாசமாக்கிப் போடுதுகன்னு கெணத்துப் படி பூராம் உயிரு வேலி முள்ள வச்சு அடச்சு வச்சுருக்காரு."

"பெறகு இவா எப்பிடி உள்ள போயிக் குளுச்சா?"

"சம்முகக் கெழவி தான் ரொம்ப ரப்பெடுத்தவான்னு தெரியும்ல. இது அவாக் கொமரியா இருக்கைல குளுச்சதாம். எங்கம்ம சொன்னா. இவெ என்ன பெரிய மயித்துக் கெணறு வச்சிருக்காம்னு மெனக்குட்டுப் போயி முள்ளப் பூராம் எடுத்துப் போட்டுட்டு உழுந்து நீச்சலடுச்சு குளுச்சுருக்கா. இப்பிடி பல தடவ செஞ்சாளாம். பலநாத் திருடன் ஒரு நா ஆப்டுவாங்ர சாடைல, ஒரு நாளு அவா குளுச்சுக்கிட்டு இருக்கைல பிஞ்சக்கார ஐயா வந்துட்டாராம்."

"போ, வசம்மா மாட்டிக்கிட்டாளா?"

"வசம்மா மாட்டுனாளா, அந்தய்யா கண்டமாணிக்க வஞ்சுருக்காரு. இவா ரொம்பாத் திமுரா, 'ஐயா, ஒங்க கெணத்துத் தண்ணி நல்லா இல்லியே. ஒரே உப்புக்கச்சுல்ல கெடக்குது'ன்னு சொல்லி வாய்க்குள்ள தண்ணிய வச்சு அவருக்கெதுக்கயே கெணத்துக்குள்ள துப்புக்களுச்சுட்டு வந்து துணிய மாத்துனாளாம். இவா அரயுங் கொறையுமா நிக்கவும் அவரு கிட்டத்துல கூட வரலயாம். ஆனா ஊர்க்குள்ள போயி நாட்டாம கிட்டச் சொல்லிருக்காரு. நாட்டாம கூப்டு அரட்டி உட்டாராம்."

"இதுக்குப் பெறகு அவளுக்கு அம்புட்டுக் கடுப்பாப் போச்சாம். ரெண்டு மாசங் கழுச்சு அவரு காட்டுக்குக் கடல புடுங்கப் போயிருக்காக நம்ம பொம்பளைக. சம்முகக் கெழவியும் போனாளாம். போயி என்ன செஞ்சாங்க?"

"என்னத்தா செஞ்சா?"

"அந்தய்யா குடிக்குதுக்கு ஒரு சின்னக் கொடத்துல தண்ணி கொண்டாந்து வச்சுருக்காரு. அதப் போயி நம்ம தெருப்பிள்ள ஒன்னு தெரியாமத் தொட்டுருச்சுன்னு, பச்சக் கடலக் கொழைய கொண்டு அந்தப் பிள்ளய அடுச்சுருக்காரு. இதப்பாத்துட்டு சம்முகக் கெழவிக்கு ஆங்காரமா வந்து, 'பச்சப் பிள்ள கையி பானைல பட்டுச்சுன்னு அடிக்கான் பாவிப்பெய. இவனையெல்லா என்ன செய்யனும்னு தெரிமா'ன்னு சொல்லிக்கிட்டு அவரு இல்லாத நேரத்துல அந்தக் கொடத்துக்குள்ளயே மோண்டு வச்சுட்டாளாம்."

இதக் கேட்டுட்டு நாங்கள்ளாம் சிருச்சோம்.

"மோண்டதுமில்லாமெ, ஊருக்குள்ள வந்து, பறச்சி குளுச்சா கெணத்துத் தண்ணி வீசுதுன்னாம்ல. இப்ப ஏ, மோத்துரத்தக் குடிக்கட்டும், படுவாப்பெய கண்டமாணிக்கச் சொல்லிக்கிட்டு வஞ்சுக்கிட்டு திருஞ்சாளாம்."

நானு வீட்டுக்கு வந்து எங்கம்மயிட்ட கேட்டேன். "ஏம்மா, சம்முகக் கெழவி கொமரியா இருக்கைல சம்சாரிக தண்ணிக் கொடத்துல மோண்டு வச்சாளாக்கும்?"

"அவா சொல்லிக்கிட்டா அப்பிடி. அது நெசப்புளுவோ, பொய்ப் புளுவோ யாருக்குத் தெரியும். ஆனா அவா செய்யக் கூடிய ஆளுதா"ன்னு சொன்னா.

இந்தச் சம்முகக் கெழவி கெணக்கா ஒரு நாலு பேரு இருந்தாக்கூட நல்லா இருக்கும்னு நெனச்சுக்கிட்டேன்.

'அத்தி பூத்தாப்ல அங்ன இங்ன ரெண்டு பேரு இப்பிடித் துணிச்சலா இருக்காக. ஆனா ரொம்பாப் பேரு வலிலயும், வேதனையிலும் வெம்பி, வாடி வதங்கிப் போயித்தான் கெடக்கா. எங்குட்டுப் பாத்தாலும் இடிதான், அடிதான், கேவலந்தான், அவமானந்தான். கொஞ்சத்துக்குக் கொஞ்சம் படுச்சுருந்தாலும் கொஞ்சம் வெவரத்தோட இருக்கலாம். நம்மள அசிங்கப்படுத்தும்போது அம்புட்டு ஆத்துரமும் ஆங்காரமும் வரத்தான் செய்யுது. ஆனா என்ன வந்தாலுந்தான் அமுக்கிப் போடுராகளே.'

ஒரு தடவ நாங்க கடல கெளயப் போன பிள்ளைகளாம் கூட இதப் பத்திப் பேசிக்கிட்டோம். "நம்ம படிக்காததுனால தான பெறந்ததுலருந்து சாகுந்தட்டிக்கும் அடிமைக கெணக்கா, கண்ணுருந்துங் குருடங்க கெணக்கா அலைரோம். அதுனால தான காடுகரைகள்ள கண்ட நாயும் கையப் புடுச்சு இழுக்குது. இப்பிடித் தெனமும் ரணபாடு பட்டாத்தான் கஞ்சி; இல்லன்னா பட்னிதான்," சுப்பம்மா சொன்னா. "இந்த நம்ம கோயிலு காரியத்தக் கூடப் பாரு. கோயிலக் கூட்டிச் சுத்தஞ் செய்ரது

நம்ம பொம்பளைகதான். மத்த சாதிக்காரிக வந்து ஒதுங்கி நின்னுகிட்டு, நம்ம கூட்டி முடிக்கவும், ஒய்யாரமாப் போயி மொத ஆளா ஒக்காந்துக்குராளுக. நானும் பொறுத்துப் பொறுத்துப் பாத்துட்டு அந்த கன்னியாஸ்திரிகிட்ட சொன்னதுக்கு. அவா என்ன சொல்ராங்க? கோயிலக் கூட்னா நம்மளுக்குத்தான் புண்ணியமாம். கடவுளு ஆசிர்வாதங் கெடைக்குமாம். கடவுளுன்னு சொல்லி நம்மள எப்பிடி ஏமாத்துராகன்னு பாத்தியா? ஏ... அவளுகளுக்கெல்லாம் ஆசிர்வாதம் வேண்டாமாக்கும்?" சோதிப்பிள்ள கத்துனா.

ஒடனே சின்னம்மாக் கெழவி சொன்னா, "இங்னக்குள்ள ஓ இது வலிக்கக் கத்தி என்ன பெரயோசனம்? நீயும் நாலெழுத்துப் படுச்சுருந்தீன்னா வெள்ளையுஞ் சொள்ளையுமாத் திரியலாம். நாலுசனம் ஒனிய மதிக்கும்."

"எல்லா ஒங்களால வந்த வெனதான். நீங்களும் நாலெழுத்துப் படிக்காமெ எங்களையும் படிக்க வைக்காமெ... நானெல்லாங் கலியாணங் காச்சின்னு முடுச்சுப் பிள்ளப் பெத்தும்மனா, ஏம்பிள்ளைகளப் படிக்க வச்சு டாப்புக்குக் கொண்டாந்துருவேன். நீ வேன்னா, பொழச்சுக் கெடந்தாப் பாரேன்."

"அதயும் பாக்கத்தான போறேன். சரி... ஏடிகா, நானு இந்த ஓடைல கொஞ்சம் முள்ளுப் பெறக்கிக்கிட்டு இருக்கேன். போறபோது ஒரு சத்தங் குடுங்க," சொல்லிட்டு சின்னம்மா போயிட்டா.

சலேத்தா மொகத்துல ஊத்துன வேர்வத்தண்ணியச் சீலைட்ட தொடச்சுக்குட்டு கடல கெளரத உட்டுட்டு சொன்னா, "பெருசாப் பிள்ளப் பெத்துப் படிக்க வைக்கனும்ங்கியே, இப்ப நம்ம பறக்குடில படுச்சுருக்க பிள்ளைகளோட வகுசயக் கண்டியா. ஒவ்வொன்னும் மானத்துலருந்து குதுச்சது கெணக்கா மேகலக்குடி பொம்பளைக மாதிரி திரிராளுக. எண்ணயுந் தண்ணியும் மாதிரி நம்ம கூட ஒட்ட மாட்டேங்காளுக பாத்தியா. பறச்சின்னு சொல்லவே பயப்பிடுராளுகங்கே..."ன்னு ஒரு இழுப்பு இழுத்திட்டு திரும்பியுங் குனுஞ்சு கடல கெளஞ்சா.

"நம்ம படிக்குற படிப்புகள்ளயும் ஒரு மயிருமில்லயாம். படிக்குரது ஒரு தினுசா இருக்கு; நாம பொழைக்குரது ஒரு தினுசா இருக்குதாம். ரெண்டுக்குஞ் சம்மந்தமே இல்லியாம். என்ன நாலெழுத்து படிக்க எழுத படுச்சிக்கிரலாமாம். அந்த சர்பிடிகேட்ட வச்சுக்குட்டு வேல பாத்து நாலு துட்டு சம்பாதிக்கலாமாம். அதுக்குங் கூட வேலைக்கு ரொம்பா டிமாண்டா இருக்குன்னு சொல்லிக்கிராக," பூஞ்சோல சொன்னா.

பெறகு நானும் படுச்சு, வேலைக்குன்னு வந்தாவிட்டி, படுச்சாக்கூட கஸ்டப்பட்டுத்தான் ஆகவேண்டி இருக்குன்னு தெருஞ்சுக்கிட்டேன்.

தலித்தா இருக்குரது ஒரு கஸ்டம், அதுலயுந் தலித்துப் பொம்பளையா இருக்குரது பெரிய கஸ்டம். இன்னுஞ் சொல்லப்போனா வாக்கப் படாத தலித்துப் பொம்பளையா தனியாளா சீவிக்கிரது ரொம்பப் பெரிய கஸ்டமுன்னு ஒணந்துக்கிட்டேன்.

வேல பாக்குதுக்குத் தோதா இருக்கும்முன்னு ஒரு வீட்ட வாடகைக்கு எடுத்துக்கிட்டு நானு தனியாக் காச்சி குடுச்சுக்குட்டு வேலைக்குப் போயிட்டு வந்துகிட்டு இருந்தேன். கலியாணங் காச்சி முடிக்காம தனியா இப்பிடி இருந்து சீவனம் பண்றது அம்புட்டு லேசுப்பட்ட காரியமில்ல. வீட்டுக்குச் சொந்தக்காரு, அக்கம்பக்கத்து ஆளுக, மூச்சுக்கு முன்னூறு கேள்விகளக் கேட்டு எனிய ஆணிய வேற அக்குவேறயா பிச்சுட்டாக பிச்சு.

ஊரென்ன, பேரென்ன, வீடெங்க, வாசலெங்க, தாயி தகப்பன் ஒடம் பெறப்பு எம்புட்டுப் பேரு, என்ன வேல, நெல பொலம், சொத்து பத்து, நகநட்டு, பண்டபாத்துரம் இப்பிடி ஏகப்பட்ட கேள்விக. சரி, எப்பிடியோ சமாளிச்சு எல்லாக் கேள்விக்கும் பதில் சொல்லிட்டோம்னு நிம்மதியா இருக்க முடியாது.

தொயந்தடியா கேள்விகள கேட்டுக்கிட்டே இருப்பாக. என்ன சாதி, என்ன மதம், என்ன வேல, எம்புட்டுச் சம்பளம், என்ன வயசு, கலியாணம் ஆச்சா, ஏ இம்புட்டு நாளா ஆகல, இனி யாரையுங் கட்டப் போறியா, ஏங் கட்ட மாட்ட? இப்பிடி நச்சரிச்சுக்கிட்டே இருப்பாக.

இந்த நச்சரிப்புத் தாங்க மாட்டாமெ எப்பயாச்சும், எதுக்காச்சும் கொஞ்சம் எருச்சலக் காட்டிட்டம்னா போச்சு. ஒடனே, ‘மூக்கணாங் கவுறு போட்டா எல்லாஞ் சரியாப் போகும்’னு மொணங்கிக்கிட்டுப் போவாக. தாலியத்தான் மூக்கணாங்கவுறுங்ரது. மூர்க்கத்தனமாக மாடுகள அடக்கத்தான் அதுகளுக்கு மூக்குப்பூறி மூக்கணாங்கவுத்தக் கட்டுவாக. அப்ப இதுலயே தெரிய? பொம்பளைக மாடுக மாதிரி. அவுகள அடக்கனும்னா ஆம்பள அவா கழுத்துல தாலின்னு ஒன்னக் கெட்டி வசக்கனும்னு பொம்பளைகளே சொல்ராக.

அம்புட்டுக் கேள்விகளையும் எப்பிடியோ சமாளுச்சுட்டு இருந்தாலும், இந்த என்ன சாதிங்ர கேள்வியத்தான் சமாளிக்க முடியாது. உள்ள சாதிப் பறச்சின்னு பளுச்சுன்னு சொன்னமம்னா, அதுக்குப் பெறகு எனக்கு வாடகைக்கு வீடு தரமாட்டேங்காக. எம்புட்டு வாடக குடுத்தாலும் பெறகு வீடு கெடைக்குரது ரொம்பக் கஸ்டம்.

இந்தக் காலத்துல வேல கெடைக்குரது எம்புட்டுக் கஸ்டமோ, அதே மாதித்தான் வீடு கெடைக்குரதும். தலித்துகன்னா வீடு குடுக்கத் தயங்குராக.

நாங்க சொந்தமா வீடு கெட்டி வாடகைக்கு உடுர நெலமைலா இருக்கோம்? ஒன்னு ரெண்டு பேரு எங்குட்டோ அத்தி பூத்தாப்ல இருக்கலாம். இதெல்லாம் மனசுல வச்சுக்கிட்டு வீடு எப்பிடியும் வேணுமின்னு, உள்ளசாதிய வெளிக்காட்டாமெ, நானுந் தாக்காட்டிக் கிட்டே, வந்தாலும், அந்தப் பாச்சா ரொம்பா நாளைக்குப் பலிக்காது. எனக்கு வார கோவத்துக்கு நாம் பறச்சி, பறச்சிதாம்னு கத்திரலாம் போல இருக்கு. நம்ம சாதிய மறச்சுக்கிட்டு சும்மானாச்சும் வேற சாதிய சொல்ரதுக்கும் புடிக்கல. அப்பிடி என்ன பொய் சொல்லிக்கிட்டு, ஒரு கவுடு மொழஞ்ச பொழப்பு பொழைக்கனும்னு மனசு கெடந்து அடிக்குது. இந்த சங்கடம் வேற சாதிப் பொம்பளைகளுக்கு இல்ல. அவுக எங்கனனாலும் போயி வீடெடுத்து குடியிருக்கலாம். ஆனா நம்மளுக்கு ரூவா கெட்டி வாடகைக்கக் குடியிருக்கக் கூட உரிம இல்ல. அம்புட்டு அரோசியமாவா நாங்க இருக்கோம்?

இது இப்பிடின்னா கலியாணம் ஆகாமெ நடமாடுரது இன்னொரு பெரச்சனையா இருக்கு. ரொம்ப வயசு வரைக்கும் வாக்கப்படாமெ இருந்தம்னா என்னமோ நானு பலபேருக்கு முந்தி விரிக்குர பலவட்ரன்னு பாக்குதுக; பேசுதுக. கலியாணம்னு ஒன்னு முடுஞ்சு, கழுத்துல தாலி ஏறிட்டா, இந்தப் பெயலுக்கு இவா சொந்தம்னு சீலு குத்திர்ராக. அப்பிடி இல்லாட்டி, அவா பல பெயலுக்குச் சொந்தங்ரது கெனக்காத்தான் அம்புட்டுப் பெயல்களும் பல்லிளிக்குரது. ஏ...எந்தப் பெயலுக்குஞ் சொந்தமாகாமெ பொம்பளைக இருக்கக் கூடாதா என்ன?

நானு வேல பாக்குர லெக்குலயும் இப்பிடித்தான். தனியாப் போயி கடைல ஒரு காப்பி குடுச்சாக்கூட 'இது ஒரு சைசான கெராக்கியோன்னு' பேசுராக. இம்புட்டு எதுக்கு? தனியாளா வீட்ட வாடகைக்கு எடுத்து சீவிக்கரதுக்குக்கூட 'இவா பொம்பளதானா? ஒத்தைல வீடெடுத்துக் குட்டு ஆம்பளப் பெய கெணக்கா அலைரதப் பாரு'ன்னு கண்ட மாணிக்காப் பேசுராக.

ஆம்பள மட்டுமா பேசுரான்? பொம்பளைகளும் ரொம்ப மும்முரமாக பேசுராளுக. ஏங்கூட வேல பாக்குர பொம்பள டீச்சர்களுக்கே இது பொறுக்காது. கண்ணுல வெளக்கெண்ண ஊத்திப் பாத்துக்கிட்டுருந்து ஒன்னுமில்லாத வெசயத்தக்கூட கண்ணு, காது, மூக்கு வச்சு செத்த நேரத்துல இல்லாததும் பொல்லாததுமா பரப்பி உடுவாக.

இம்புட்டு இருந்தாலும் நானும் தெம்பாத்தான் அலைரேன். 'மடில கனமிருந்தாத்தான வழில பயம்?', சூரியனப் பாத்து நாயி கொலைக்குதுன்னுட்டு போ வேண்டியதுதான்.

வேல ஒஞ்ச நேரத்துல வீட்ல தனியா ஒக்காந்து யோசுச்சு யோசுச்சுப் பாப்பேன்.

‘நானு பொம்பளையா இருக்குரதுனால இம்புட்டுப்பாடு படவேண்டு இருக்கு. இப்பிடித்தான நம்ம சனங்களும் தலித்தா பெறந்ததுக்கு நித்தம் தண்டன வாங்குது. தலித்துகளா பெறந்தது எங்க குத்தமா? இதுல வேற நானு பொம்பளயா இருக்குரதுனால இன்னும் அதிகமா போராட வேண்டிருக்கு. ஆம்பளைககிட்ட அவஸ்தபடுரது இல்லாம, வேற சாதிப் பொம்பளைகளாலயும் லோலுப்பட வேண்டி இருக்கு. எத்தன திக்கத்துல தான் இடி வாங்குரது? எம்புட்டு நாளைக்கு?’

இப்பிடி நெனச்சு கவலைப்பட்டாலும், ஏ நெலம கொஞ்சம் பரவாயில்லன்னு தோணும். ஏதோ நாலெழுத்துப் படுச்சு, சம்பாருச்சு, எங்கால்ல நா நிக்தேன். அப்பிடி இல்லாம ‘அ’னா, ‘ஆ’வன்னா தெரியாம வீட்லயும், வேல செய்ர லெக்குகள்ளயும், குனியக் குனியக் கொட்டு வாங்கிக்கிட்டே இருக்குர எங்க பொம்பளைகள நெனைக்கைல, வகுத்தெருச்சலா இருக்கும்.

எல்லாங் கூட்டிக் கழுச்சுப்பாத்தா, ஆம்பள சவுகரியத்துக்குத்தான் பொம்பளைய கடவுளு உண்டாக்குனது மாதிரி ஆக்கி வச்சுருக்காக. ஆம்பள மனசு கோணாம, அவனுக்கு ஆறுதலா, தேறுதலா இருந்து, அவெங் கொணமறுஞ்சு நடந்து அவனுக்குத் தேவப்பட்ட கசல சவரட்டனைகளயுஞ் செஞ்சு, அவனுக்கு வகுறு பசிக்கைல வக்கணையா ஆக்கிப்போட்டு, ஒடம்பு பசிக்கைல அதுக்கும் ஈடு குடுத்து, இப்பிடி ஒவ்வொரு நிமுசமும் அவன நடுச்சென்டருல வச்சுக்கிட்டு வாழ வேண்டியது தான் நடைமுறைல வழக்கமா இருக்கும்.

ஆனா பொம்பளைக்கும் மனசு இருக்கு. அதுல ஆசாபாசம் எல்லாமிருக்கு. வகுத்துப் பசி, ஒடம்பு பசி இப்பிடி அவளுக்கும் தேவைகள் இருக்கும்ங்றத யாரும் நெனச்சுக் கூட பாக்கரதில்ல. இதயெல்லாம் பொம்பள வெளில காட்டிக்கிரக்கூடாது. தன்னோட தேவைகள அடக்கி, அழுச்சுட்டு, ஆம்பளைகளத்தான், குடும்பத்துல இருக்குற மத்தவுகளத்தான் ஓடியாடி கவனிக்கனும்னு நம்ம தலைல எழுதி வச்சுட்டாக. நாமளும் அத நம்பிக்கிட்டு ‘கணவனே கண்கண்ட தெய்வம்’னு ஒளறிக்கிட்டுக் கெடக்கோம்.

ஆம்பள ஆயிரந்தடவ நம்மள அசிங்கப்படுத்தலாம்; அவ மரியாதயாப் பேசலாம். நடத்தலாம். அது சாதாரண வெசயம். ஆனா பொம்பள ஒரு தடவ, ஒரே ஒரு தடவ எதார்த்தமா, மானமுள்ள மனுசியா இருந்துரட்டும். அவனுகளால தாங்கவே முடியாது. அவள அடுச்சு ஒடுக்கி அவெங் கைக்குள்ள அடக்கி வைக்காட்டி அவெங்

குடுச்ச கஞ்சி செமிக்காது. பொம்பள கைக்கு மீறிப் போனா அவனுக மீசத்துடிக்கும். அதுக்குப் பயந்துக்கிட்டுக் கெடந்தம்னா காலா காலத்துக்கும பொதி செமக்குற கழுதைக மாதிரி வாழ்ந்துட்டு செத்துப் போக வேண்டியதுதான்.

இதெல்லாந் தெருஞ்சுக்கிட்டப் பெறகும், நம்ம கண்ணுருந்துங் குருடங்க கெணக்கா வாழப்படாது. நம்ம நெலமய நம்ம மாத்தாட்டி வேற யாரு வந்து மாத்தப் போறா?

ஆம்பளைக்குச் சேவுகம் பண்ற கலியாண வாழ்க்கதான் நம்ம கெதிங்றத உடனும். கலியாணம் முடுச்சு அது நித்திய நரக வாழ்க்கையா ஆகிப் போனா பல்லக் கடுச்சுக்கிட்டு ஆயுசு பூராங் கஸ்டப்பட்டுத்தான் ஆகனும்ங்ரதயும் மாத்திக் காட்டனும். நம்ப பொம்பளப் பிள்ளைகள இந்த மாதிரி எண்ணங் கொண்டவுகளா சிறுசுலருந்தே வளத்துட்டு வரனும். ஆம்பள பொம்பளன்னு வித்தியாசம் பாக்காமெ படிக்க வச்சு, ஆளாக்கி உடனும். ஆம்பளைக்குக் குடுக்குர சொதந்துரத்தப் பொம்பளைக்குங் குடுக்கனும். இப்பிடி சின்னதுலருந்தே வளப்பு மொறைல செஞ்சுட்டு வந்தம்னா, பொம்பளைக சக்தியும் வெளிப்படும். அப்ப ஆவதும் பொண்ணால அழிவதும் பொண்ணாலங்ரது கெணக்கா, அநியாயத்த, அக்கிரமத்த, ஏற்றத்தாழ்வுகளப் பூராம் அழுச்சுட்டு ஆம்பளயும் பொம்பளையும் ஒன்னா, எந்த வேத்துமையுமில்லாம சம உரிமையோட வாழக்கூடிய காலம் பெறக்கும். அது பெறக்குர காலம் சீக்கிரமா வரப் போகுதுன்னு மனசுல படுது.

***